跟著海倫清桃
講越★南語

海倫清桃◎著

自 從小我就跟著一位廣東人大學教授鄰居學中文，才發現原來越南語裡有許多單字是出自於漢語的譯音，有些越南字取漢語的音，有些則取義保留越南語自己的發音。越南語在語法上又較傾向於英語，倒裝句語法，把一句話的目的寫在句首，於是就讓越南人很難把中文學好，讓華人學起越南語就像如鯁在喉怎麼唸就是不對勁，於是出一本能讓華人讀起來順暢、有脈絡可循的越南語工具書的想法就在我的心裡滋長。近幾年來看到越南經濟起飛，越來越多台灣人想到越南經商、就業、旅遊，是寫一本越南語工具書的時候了，我是台灣人就要寫以台灣人思維出發的一本書，還要兼具學習越南語、可以當做到越南自助旅行的旅遊書及到越南長期生活的簡易版生活百科。

台灣 2015 年 4 月對外國出超排名

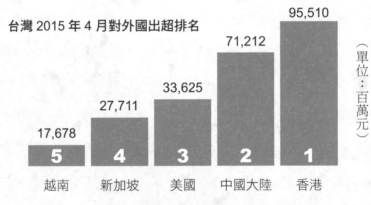

（單位：百萬元）

資料來源「用數據看台灣」、「中華民國統計資訊網」：
https://www.taiwanstat.com/statistics/trade/

越南 2016 年國力簡介

1. 人口數：越南有 9600 萬人，世界排名 13
2. 國土面積：33.1 萬平方公里，世界排名 65
3. 國內生產總值列表（2016GDP）：201,326 百萬美元（世界排名 48）
4. 進出口額 出口額：1,621 億美元（世界排名 27）
   進口額：1,660 億美元（世界排名 28）

什麼是以「台灣人思維所編寫的越南語工具書」？

越南字或詞彙（由一個以上單字組合而成）有以下 6 類特色：

1. 純越南語字。

2. 漢語（或閩南語）譯音字，有自己的意思。

3. 漢語譯音字，沒自己的意思，需要搭配其他單字才會成為某種「詞彙」。

4. 越南語詞彙裡有些是由越南字及漢語譯音字組合而成。

5. 變色龍字，某些越南單字有自己的意思，在與某些單字組成詞彙後就拋棄原意，成為沒自己意思的漢語譯音字。

6. 某些越南單字會因為在一句話裡所在的「位置」而有不同的「意義」或「解釋」。

　　在著手寫這一本書之前這個問題始終縈繞在我的腦海裡，兩種似是而非的語言，如何在「單字」、「詞彙」、「語法」中無縫接軌？如果只是一成不變的基本發音寫寫幾個越南語單字，弄些越南語句子，這不是我的初衷。

　　2015 年 7 月我到日本東京拍攝 2016 年曆，回程時在「成田機場」上飛機前等候空檔，我逛了逛機場的免稅商店書報攤，在旅遊書籍區裡發現了一本以牛皮紙包裝給外國人看的日本語工具書，信手拿起來翻閱，本以為一分鐘就會放回書架上，沒想到這本工具書裡的精彩插畫、有系統的分類和深入淺出的介紹如何以日本語找到你要的生活事物，我足足看了十幾分鐘，在沒有日語概念及學習日語動機下偶然的翻閱都能令我對日語心醉神迷產生出學習興趣，當下我明白了，就是要出這種工具書才有意思。

　　我曾在臉書上發表數篇關於「台灣的經濟過度仰賴中國大陸的出口，比重高達 45%……」，這是一個警訊。要避免將所有雞蛋都放在同一個籃子裡，唯有加強與東南亞各國之間的貿易。目前歐、美、日、韓等已開發國家莫不將經濟矛頭對準東南亞，但因為東南亞國家普遍國際化不足，沒有充足的英語人才，於是擁有該國語言的人才就成了立足東南亞的灘頭堡。

　　相較於其他國家，台灣所擁有的優勢就是我們有二十萬的東南亞新住民和其約五十萬的第二代，這些新住民是我們紮根東南亞的種子。於是我著手編寫一本「越南語工具書」，也就是今日呈現在各位眼前的這部作品。希望這本越南語工具書能成為大家到越南經商、旅遊、探親、就業的隨身書。

Contents

Contents

【註】白象文化官網提供「桃子親錄MP3」下載，唯少數錄音之「中文」與書稿稍有出入，但不影響字義，請讀者聽讀時以書籍內容為主。

Alphabet

越南語歷史上曾經使用過漢字與漢喃文，近代則使用以拉丁字母為基礎、添加幾個新字母和聲調符號的「越南國語字」。

越南語現今使用的書寫系統「國語字」，在基礎上保留了法國傳教士亞歷山大·羅德於 1651 年完成的《越葡拉字典》中對越南語的羅馬字表記。羅德記錄下來的是當時的中古越南語的河內音。

與現在的河內方言相比，羅德記錄的韻母音值在近幾百年間似乎沒有發生很大的變化，不過各方言聲母的演變卻很迅速。因此越南國語字的聲母系統與現代越南語的任何方言都有差異，它與西貢方言的相近程度比河內方言要高。

(Photo by doviliux)

越南語有 29 個字母，包含 12 個母音
以及 17 個子音：

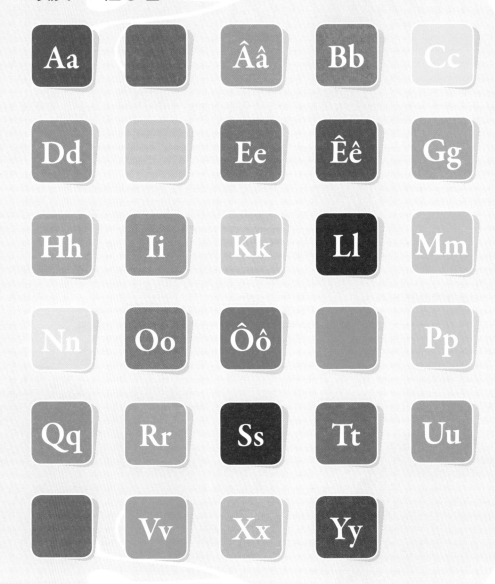

Aa		Ââ	Bb	Cc
Dd		Ee	Êê	Gg
Hh	Ii	Kk	Ll	Mm
Nn	Oo	Ôô		Pp
Qq	Rr	Ss	Tt	Uu
	Vv	Xx	Yy	

越南字母沒有 F J W Z 這幾個英文字母哦。

● 母音（元音）：12 個 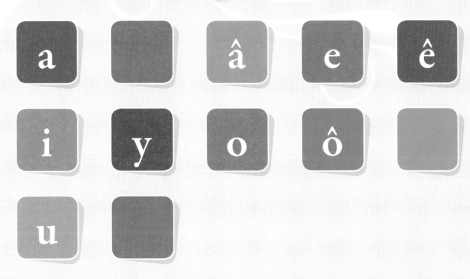002

a		â	e	ê
i	y	o	ô	
u				

● 子音（輔音）：17 個

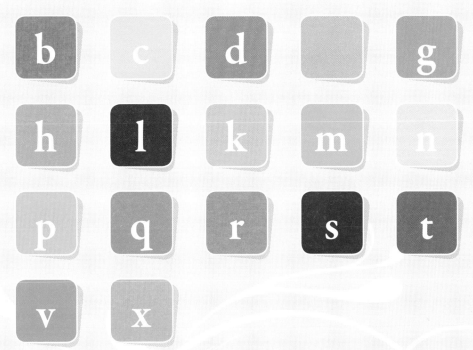

b	c	d		g
h	l	k	m	n
p	q	r	s	t
v	x			

● 複子音（輔音）：　　　　　　003

　　由二個子音拼成，共有 11 個

ch	gh	gi
kh	ng	ngh
nh	ph	qu
th	tr	

> 知道這些，你就已經學會了 *90%* 了。
> 以上 12 個母音、17 個子音、11 個
> 複子音構成所有的越南語。

❖ 南語字母大小寫的使用方式和英語相同，在每一句
　話開頭的第一個字母要大寫，其餘是小寫。

　　人名、地名、國名也一樣，每個單字的第一個字
母要大寫。

例如

Helen Thanh Đào	海倫清桃
Thành phố Đài Bắc	台北市
Đài Loan	台灣

　　越南語單字裡沒有英語那種重複兩個字母的單字，
比如英文的 narrow（窄）單字裡有重複兩個 r 字母，
越南語單字則沒有。除了極為特殊的幾個越南語單字，
如 hoan nghênh（歡迎）、ngộ nghĩnh（有趣、可愛）
有重複的 h 字母。

發音篇

Pronunciation

越南語在演變的過程中產生了「聲母」「清」「濁」決定調類的分化，伴隨著「濁音」清化的過程。「濁聲」母音節在發聲時帶有「氣嗓音」或「嘎裂音」的特徵——讀低調；清聲母字則相反。

表現在現代（自 19 世紀至今）「河內」方言中的兩者的分別主要在「音質」方面，而在南邊的「胡志明市」方言則分別主要體現在音高方面。最具體的表現則在一般說話和歌唱之不同，就算是南邊的越南人在唱歌時也會使用「河內」音。

總而言之「河內」方言較為接近現代越南語。

Photo by falco

字母發音（母音與子音） 004

字母	漢語發音	單字應用	越文詞語
A	ㄚ	下班	Tan ca
Ă	ㄚˊ	吃飯	Ăn cơm
Â	ㄜˊ	農曆	Âm lịch
B	[b] KK 音標	爸媽	Ba má
C	ㄍ	小孩	Con cái
D	[z] KK 音標	黃皮膚	Da vàng
Đ		漂亮	Xinh đẹp
E		小嬰兒	Em bé
Ê	ㄝ	嫁不出去	É chồng
G		體貼	Ga lăng
H	ㄏ	問候	Thăm hỏi
I	ㄧ	安靜	Im lặng
K	ㄍㄚ	建議	Kiến nghị
L	ㄌ	理由	Lý do
M	ㄇ	爸媽	Bố mẹ

005

字母	漢語發音	單字應用	越文詞語
N	ㄋ	國家	Đất nước
O	ㄛ	蜂蜜	Mật ong
Ô	喔	汽車	Ô tô
Ơ	ㄜ	等待	Chờ đợi
P	ㄅ	河粉	Phở
Q	ㄍㄨㄜ˙	蔬果	Rau quả
R	ㄖㄜ˙	進、出	Ra vào
S	ㄕㄜ˙	愛面子	Sĩ diện
T	ㄉ	仙女	Tiên nữ
U	ㄨ	蘿蔔	Củ cải
Ư		喜歡	Ưng ý
V	[v] KK 音標	越南	Việt Nam
X	ㄙㄜ˙	醉	Xìn
Y	ㄧ	意義	Ý nghĩa

● 複字音發音 ⟨006⟩

字母	漢語發音	單字應用	越文詞語
CH	遮	市場	Chợ
GH		上癮	Ghiền
GI		豬腳	Giò heo
KH	ㄎ	神經病	Khùng
NG		睡覺	Ngủ
NGH		聽話	Nghe lời
NH		簡訊	Tin nhắn
PH	ㄈ	幸福	Hạnh phúc
QU	果	管理	Quản lý
TH	ㄊ	疼愛	Thương yêu
TR		露營	Cắm trại

❖ 發音相同的字母：

C = K ；I = Y ；D = GI ；G = GH ；NG = NGH

● 多母音之發音 007

❖ 多母音之拼音：由二個母音以上組成。

→ 雙母音的組合共 23 個

ai	ay	ây	ao	au	âu	eo	êu
iu	ia	oa	oe	oi	ôi	ơi	ua
uê	ui	uơ	uy	ưa	ưi	ưu	

序號	多母音	漢語發音	單字應用	越文詞語
1	ai	ㄞ	二	Hai
2	ay	ㄟ	辣	Cay
3	ây	ㄟ	站起來	Đứng dậy
4	ao	ㄠ	稀飯	Cháo
5	au	ㄡ	顏色	Màu sắc
6	âu	ㄡ	走私	Buôn lậu
7	eo		一毛不拔	Keo kiệt
8	êu	ㄧㄡ	如果	Nếu như
9	iu	ㄧㄡ	溫柔	Dịu dàng
10	ia		叉子	Nĩa
11	oa	ㄨㄚ	科學	Khoa học
12	oe		炫耀	Khoe khoang
13	oi		説	Nói
14	ôi		對不起	Xin lỗi
15	ơi		玩	Chơi

序號	多母音	漢語發音	單字應用	越文詞語
16	ua	ㄨㄛ	螃蟹	Cua
17	uê		僱用	Thuê mướn
18	ui		雞腿	Đùi gà
19	uơ	ㄨㄛ	從前	Thuở xưa
20	uy		輝煌	Huy hoàng
21	ưa		下雨	Mưa
22	ưi		聞	Ngửi
23	ưu		優先	Ưu tiên

→ 三個母音的組合共 10 個

iêu	oai	oay	oeo	uây	uôi	uya	uyu	ươi	ươu

序號	多母音	漢語發音	單字應用	越文詞語
1	iêu	一ㄡ	驕傲	Kiêu ngạo
2	oai	ㄨㄞ	懷疑	Hoài nghi
3	oay	ㄨㄟ	摸索	Loay hoay
4	oeo		脖子扭到	Ngoẹo cổ
5	uây	ㄨㄟ	攪拌	Khuấy
6	uôi		養小孩	Nuôi con
7	uya		熬夜	Thức khuya
8	uyu		手肘	Khuỷu tay
9	ươi		笑	Cười
10	ươu		葡萄酒	Rượu vang

❖ 多母音及子音的組合共 36 個   009

序號	拼音	漢語發音	單字應用	越文詞語
1	iêc		工作	Công việc
2	iêt		筆	Cây viết
3	iêp		協議	Hiệp định
4	iêm		潛力	Tiềm năng
5	iên		演員	Diễn viên
6	iêng		勤勞	Siêng năng
7	yêm		肚兜	Yếm
8	yên		平安	Bình yên
9	oac		大聲閒聊	Toang toác
10	oat		冒汗	Toát mồ hôi
11	oan	ㄨㄢ	安全	An toàn
12	oanh		經營	Kinh doanh
13	oang	ㄨㄤ	皇帝	Hoàng đế
14	oăc		或者	Hoặc là
15	oăn		捲髮	Tóc xoăn
16	oăng		鹿	Con hoẵng
17	oet		胃潰瘍	Loét dạ dày
18	oen		沾到髒東西	Hoen ố
19	uôc		高跟鞋	Guốc
20	uôt		吞	Nuốt
21	uôm		染髮	Nhuộm tóc

序號	拼音	漢語發音	單字應用	越文詞語
22	uôn		燙髮	Uốn tóc
23	uông		喝水	Uống nước
24	ươc		夢想	Mơ ước
25	ươt		愛哭	Mít ướt
26	ươp		苦瓜	Mướp đắng
27	ươm		蝴蝶	Bướm
28	ươn		院子	Vườn
29	ương		固執	Bướng bỉnh
30	uât		法律	Luật pháp
31	uân	ㄨㄣ	遵守	Tuân thủ
32	uyt		噓	Suỵt
33	uynh		家長	Phụ huynh
34	uyêt		缺點	Khuyết điểm
35	uyên		項鍊	Dây chuyền
36	uêch		擴張	Khuếch trương

● 越南語有 8 個尾音：m, n, ng, nh, p, t, c, ch 011

尾音拼音：共 61 個組合

序號	拼音	漢語發音	單字應用	越文詞語
1	ac		你們	Các em
2	ăc		一定	Chắc chắn
3	âc		打嗝	Nấc cụt
4	oc		學生	Học sinh
5	ôc		速度	Tốc độ
6	uc		澳洲	Úc
7	ưc		辛苦	Cực khổ
8	at		唱歌	Hát
9	ăt		眼睛	Mắt
10	ât		忘本	Mất gốc
11	ot		滴	Giọt
12	ôt		後天	Ngày mốt
13	ơt		生辣椒	Ớt trái
14	et		討厭	Ghét
15	êt		累	Mệt
16	it		波蘿蜜	Mít
17	ut		老么	Con út
18	ưt		蜜餞	Mứt
19	ap		腳踏車	Xe đạp

012

序號	拼音	漢語發音	單字應用	越文詞語
20	ăp		玉米	Bắp
21	âp		胖	Mập
22	op		開會	Họp
23	ôp		繳錢	Nộp tiền
24	ơp		教室	Lớp học
25	ep		帥哥	Đẹp trai
26	êp		生活方式	Nếp sống
27	ip		來得及	Kịp
28	up		喝湯	Húp canh
29	am		貪吃	Tham ăn
30	ăm		明年	Sang năm
31	âm		溫暖	Ấm áp
32	om		鄰居	Hàng xóm
33	ôm		擁抱親吻	Ôm hôn
34	ơm		鳳梨	Trái thơm
35	em		妹妹	Em gái
36	êm		數錢	Đếm tiền
37	im		找	Tìm
38	um		感冒	Cảm cúm
39	an	ㄢ	蘭花	Hoa Lan
40	ăn		整數	Chẵn
41	ân	ㄣ	後悔	Ân hận

序號	拼音	漢語發音	單字應用	越文詞語
42	on		個子小	Nhỏ con
43	ôn	翁	存在	Tồn tại
44	ơn		拜託	Làm ơn
45	en		燕子	Chim én
46	ên		運氣好	Hên
47	in	ㄧㄣ	新聞	Tin tức
48	un		矮	Lùn
49	ach		乾淨	Sạch sẽ
50	êch		青蛙	Ếch
51	ich	ㄧㄥ	喜歡	Thích
52	anh		照片	Ảnh
53	ênh		醫院	Bệnh viện
54	inh	ㄧㄣ	看不起	Khinh thường
55	ang	ㄤ	值得	Xứng đáng
56	ăng		每天	Hằng ngày
57	âng		是的	Vâng
58	ong		吊床	Võng
59	ông		老先生	Ông cụ
60	ung		癌症	Ung thư
61	ưng		忍受	Chịu đựng

❖ 發尾音時要記得：

1. 當單字有 m 和 p 的尾音時，記得要合口。

| Trái thơm | 鳳梨 |
| Luyện tập | 練習 |

2. 母音 **o, ô, u** 連接子音的 **c, ng** 時記得閉唇及鼓腮。

例如：**Học**（學習），**Cốc**（杯子），**Chúc mừng**（恭喜），

Cổ họng（喉嚨），**Không được**（不可以），

Mùng ba（初三）。

聲調：

越南語共有 6 個聲調 **014**

越語名稱	漢譯名稱	符號	發音技巧	練習
ngang	平聲		類似國語的一聲	Ba
sắc	銳聲	´	類似國語的二聲	Bá
huyền	玄聲	`		Bà
hỏi	問聲	ˀ		Bả
ngã	跌聲	~		Bã
nặng	重聲	.	類似國語的三聲	Bạ

❖ 聲調符號都放在母音的上下方。

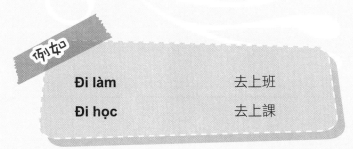

例如

| Đi làm | 去上班 |
| Đi học | 去上課 |

❖ 越南語的拼音方式和國語一樣,由聲母、韻母及聲調組成。

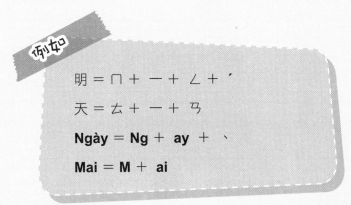

例如

明 = ㄇ + ㄧ + ㄥ + ˊ
天 = ㄊ + ㄧ + ㄢ
Ngày = Ng + ay + ˋ
Mai = M + ai

以上的拼音組合都是固定的,只要背起來,以後看到越南字就會唸了哦!

Basic Conversation 基本用語篇

這一篇是生活基本常用語句,收錄了一些初學者最有可能派上用場的簡單語句,當然其中也包含了緊急求救或報警等重要句子,至於更詳細和深入的語句與練習,請詳見各篇主題。後半段則是說明越語中的一些基本詞彙,例如你我他、數字、時間等等,有空時宜多加練習。一開始還不熟練越南話的你,必要時也可以指這些句子給越南人看,尋求他們的幫忙。

越南是一個英語不普及的國家,會講廣東話和中文的華裔越南人也不到百分之二,所以到越南講越南話還是最實在的事。外國人常認為越南人防禦心重且不太主動,其實只要稍微講一兩句越南話,他們就會打開心房並且熱心的協助。

我本著一個從小生活在越南十四年,長大後回到台灣,熟悉兩個地方語言邏輯、文化、生活習慣的人寫這一本書。我把自己放空,試著以一個未曾出過國或從未到過越南的人的角度思考可能遇上的任何狀況,接下來的章節,我將 從登機開始,出了機場叫車到旅館、問路、吃飯、娛樂、工作、相親等,一一為各位說明。

就讓我們從這裡開始做一趟越南語的旅行吧。

基本常用語句 015

打招呼、寒暄

Xin chào.
你好！

Cám ơn.
謝謝！

Cám ơn sự giúp đỡ của bạn.
謝謝你的幫忙！

Xin lỗi.
對不起！

Tạm biệt.
再見。

Hẹn gặp lại.
再見。

Rất hân hạnh được làm quen với bạn.
很高興認識你！

Xin vui lòng chỉ giáo.
請多多指教。

認識新朋友 016

Tôi tên là Tiểu Đào.

我的名字叫小桃。

Xin hỏi họ tên của anh là gì?

請問尊姓大名？

Tôi đến từ Đài Loan.

我從台灣來的。

Tôi là người Đài Loan.

我是台灣人。

Đây là lần đầu tiên tôi đến Việt Nam.

這是我第一次來越南。

Tôi có đến Việt Nam một lần.

我來過越南一次。

Tôi đến Việt Nam mấy lần rồi.

我來過越南好幾次了。

Bạn biết nói tiếng Trung (Hoa) không?

你會說中文（華語）嗎？

Tôi biết nói một ít tiếng Trung (Hoa).

我會說一點點中文（華語）。

Tôi nói tiếng Việt không được tốt lắm.

我的越南話說得不是很好。

Xin lỗi, tôi chưa nghe rõ.

抱歉，我沒聽清楚。

Có thể nói lại một lần nữa không?

請你再說一次好嗎？

Xin nói chậm một tí.

請說慢一點。

Xin lỗi, tôi không thể đi được.

抱歉，我沒辦法去。

Có thể cho tôi số điện thoại của bạn không?

可以給我你的電話號碼嗎？

緊急求援、請人幫忙（更多相關內容，請參看「醫療篇」） 017

Xin bạn giúp tôi một việc.

請你幫我一個忙。

Cứu tôi với.

救命啊！

Tôi muốn tìm công an (cảnh sát).

我想找公安（警察）。

Xin hỏi đồn công an (đồn cảnh sát) ở đâu?

請問警察局在哪裡？

Tôi bị mất hộ chiếu rồi.

我的護照不見了。

Bóp tiền của tôi bị mất rồi.

我的錢包不見了。

Tôi bị mất hành lý rồi.

我的行李不見了。

Xin gọi xe cứu thương giúp tôi.

請幫我叫救護車。

Xin hỏi bệnh viện ở đâu?

請問哪邊有醫院？

Tôi thấy khó chịu trong người.

我的身體不太舒服。

詢問地點 018

（更多相關內容，請參看「問路篇」、「觀光旅遊篇」）

Xin hỏi nhà vệ sinh ở đâu?

請問哪邊有廁所？

Tôi muốn tìm chỗ bán cơm.

我想找個地方吃飯。

Xin hỏi chỗ nào có bán thức ăn?

請問哪裡有賣吃的？

Tôi muốn tìm khách sạn.

我要找飯店。

Chúng tôi đang tìm chỗ ở.

我們正在找住的地方。

Xin hỏi gần đây có khu vui chơi nào không?

請問這附近有什麼好玩的地方嗎？

Tôi muốn đến sân bay.

我要去機場。

購物、消費

（更多相關內容，請參看「觀光旅遊篇」）

Tôi muốn mua cái này.

我要買這個。

Cái này bao nhiêu tiền?

這個多少錢？

Tổng cộng bao nhiêu tiền?

總共多少錢？

Mắc quá, bán rẻ chút đi.
太貴了，算便宜一點吧。

Xin hỏi bán tới mấy giờ?
請問營業到幾點？

Xin hỏi đổi tiền ở đâu?
請問哪邊可以兌換錢幣？

Xin hỏi có thể sử dụng thẻ tín dụng không?
請問你們有收信用卡嗎？

貨幣單位 019

Việt Nam đồng
越南盾

Đài tệ
台幣

Đô la Mỹ
美金

Nhân Dân Tệ
人民幣

Yên Nhật
日元

基礎知識 越南語的數字與單位

數字的唸法			
Không	0	Một	1
Hai	2	Ba	3
Bốn	4	Năm	5
Sáu	6	Bảy	7
Tám	8	Chín	9
Mười	10	Mười một	11
Mười hai	12	Hai mươi mốt	21
Hai mươi hai	22	Hai mươi lăm	25
Một trăm	100	Một nghìn Một ngàn	1000
Mười nghìn Mười ngàn	1 萬	Một trăm nghìn Một trăm ngàn	10 萬
Một triệu	100 萬	Mười triệu	一千萬
Một trăm triệu	一億	Một tỷ	十億

量詞

越南文的量詞都放於名詞的前面：

❖ 人的量詞：

Người：個、位
例如：**Tôi có một người bạn rất thân.** 我有一個很好的朋友。
Vị：位（帶有敬意的用法）
例如：**Một vị anh hùng** 一位英雄

❖ 動物的量詞：

Con（隻）
Tôi có nuôi bốn con chó và một con mèo. 我有養四隻狗及一隻貓。

❖ 一些常用的量詞：

Cái（張）：**Hai cái ghế** 兩張椅子
Chiếc（件）：**Một chiếc áo** 一件衣服
Ly（杯）：**Một ly trà đá** 一杯冰茶
Dĩa（盤）：**Hai dĩa cơm sườn** 兩盤排骨飯
Tô（大碗）：**Ba tô phở** 三碗河粉
Chén（碗）：**Một chén cơm** 一碗飯
Cuốn（本）：**Một cuốn sách** 一本書
Trái（或 **quả**，顆）：**Hai trái（quả）dừa** 兩顆椰子

基礎知識 日期與時間 `021`

時間的表達			
Giờ	時	Phút	分
Giây	秒	Rưỡi	半 （指 **30** 分鐘）
Hơn	多	Kém	差
Buổi sáng	早上	Buổi trưa	中午
Buổi chiều	下午	Buổi tối	晚上

問時間

Mấy giờ rồi?	幾點了？
9 giờ 15 phút	9 點 15 分
12 giờ rưỡi	12 點半
11 giờ kém 5	還差 5 分就 11 點
3 giờ hơn	3 點多

❖ 補充說明：

- 如果不想說確切時間就可以用「數字 **+** **giờ** **+** **hơn**」來表達。
  例如 **8 giờ hơn** 就是指「八點多」。
- 從 31 分到 60 分可以按遞減順序說。
  例如 5 點 50 分就可以說 **6 giờ kém 10**。

- 可以加「早上、中午、下午、晚上」在時間後面。

例如：

9 giờ sáng　　早上 9 點

12 giờ trưa　　中午 12 點

3 giờ chiều　　下午 3 點

9 giờ tối　　晚上 9 點

日期的表達			
Thứ hai	星期一	**Thứ ba**	星期二
Thứ tư	星期三	**Thứ năm**	星期四
Thứ sáu	星期五	**Thứ bảy**	星期六
Chủ nhật	星期日	**Hôm nay**	今天
Ngày mai	明天	**Ngày mốt**	後天
Ngày kia	大後天	**Hôm qua**	昨天
Hôm kia	前天	**Sáng nay**	今天早上
Sáng mai	明天早上	**Sáng mốt**	後天早上
Tối nay	今天晚上	**Tối mai**	明天晚上
Tối hôm qua	昨天晚上	**Tuần này**	這個禮拜
Tuần sau	下個禮拜	**Tuần trước**	上個禮拜
Cuối tuần	週末	**Ngày**	日、號
Tháng	月	**Năm**	年
Tháng này	這個月	**Tháng sau**	下個月
Tháng trước	上個月	**Năm nay**	今年
Sang năm	明年	**Năm ngoái**	去年

離開越南好幾年難免忘了當地的約定俗成，也因此常和我的助理阿柳為了某個工作的時間發生爭執，我收到一個工作日期的訊息後會先在腦海裡轉成某月的星期幾，然後轉告阿柳去安排，然而雙方往往會出現一個時間差，原因就在於越南那裡沒有「星期一」。

　　越南文中沒有「星期一」這樣的字眼，他們認定主日（星期日）是一星期的第一天，隔天自然就是第二天，所以我們理解的星期一其實是他們的星期二（字義是「第二日」），以此推算，星期五是越南星期六，星期六則是星期七，星期日則是一樣。

詢問日期

Q	Hôm nay thứ mấy?	今天星期幾？
A	Hôm nay thứ hai.	今天星期一。
Q	Hôm nay ngày mấy?	今天幾號？
A	Hôm nay ngày 20.	今天 20 號。
Q	Bây giờ tháng mấy?	現在幾月？
A	Bây giờ tháng 5.	現在 5 月。

❖ 補充說明：

• 越南人寫日期的習慣是按照日－月－年的模式。
　今天 2015 年 5 月 10 號，就寫成 **Hôm nay ngày 10 tháng 5 năm 2015**（10 - 5 -2015）。

• 如果是農曆就直接寫在後面。
　Ngày 12 tháng 8 âm lịch（農曆 8 月 12 日）

❖ 第一人稱

我	我們
Tôi, mình, tớ	Chúng tôi, chúng ta, chúng mình, mình, chúng tớ

❖ 第二人稱

你	你們
Ông, anh, em	Các ông, các anh, các em

妳	妳們
Bà, chị, cô, em	Các bà, các chị, các cô, các em

如果男女都有就是以「大家」作為稱呼：**Mọi người**。

❖ 第三人稱

第二人稱 + **ấy**

他（她）	他（她）們
Ông ấy, (bà ấy).....	Các ông ấy, (các bà ấy)

❖ **Họ**（**chúng nó**）：是他們／她們的意思（統稱，不分性別的時候），**chúng nó** 為粗俗的稱呼方式，類似中文的「那幫人」。

❖ 補充說明：

第二人稱有時也可以當成第一人稱使用，例如：

問：**Đây là lần đầu tiên chị đến Việt Nam à?**

這是妳第一次來越南嗎？

答：**Đây là lần thứ ba chị đến Việt Nam.**

這是我第三次來越南。

（Photo by nguyentuanhung）

機場篇

Airport

機場是進入一個國家的入口，也是整個旅遊行程的心情起點。

對於有搭飛機經驗的人來說，從上網或是委託旅行社訂購機票開始，到機場櫃檯報、劃位、託運行李、通關，找到登機閘口，到登機後安全指示、餐點選擇、填寫入境表格，整套流程多半都駕輕就熟，但如果到非英語系國家則是另一番考驗。

第一回出國的朋友，流程不懂又語言不通，不僅登機證上的專有名詞看不懂，廣播在說些什麼也是丈二金剛摸不著頭腦，有如一關關的考試。雖說不致於會坐錯飛機飛到別的國家，但也是一種折騰。

每個國家的機場有自己專有的動線和海關的特質，本書是針對越南機場所設計書寫的，將旅客可能會遭遇到的問題和對話做情境式的鋪陳。

Photo by falco

越南機場 介紹

越南國際機場

　　新山一國際機場（**Cảng hàng không quốc tế Tân Sơn Nhất** ／港航空國際新山一）：是一個位於越南胡志明市（SGN，胡志明市機場簡稱）「新平郡」的機場，是越南最大的機場。這個機場緊鄰市區，搭乘計程車到市中心「第一郡」僅需四十分鐘。越南準備興建一座新機場，應付越來越多外國旅客，也讓它成為區域轉運中心。這個新機場建在「胡志明市」郊區，2025 年啟用，每年可以接待一億旅客，處理五百萬噸貨物。

▼預計 2025 年啟用的胡志明市新機場

內排國際機場

內排國際機場（IATA 代碼：HAN；
ICAO 代碼：VVNB）（**Sân bay Quốc tế
Nội Bài** ／國際內排）是一座位於越南首都
河內的國際機場，該國際機場為越南北部之
最大機場，其距離河內市中心約 45 公里。

▼內排國際機場新建的第二航廈

峴港國際機場

　　峴港國際機場（**Sân bay quốc tế Đà Nẵng**）是在峴港的國際機場，乃越南第三大的機場。位於越南中部，古都順化的附近，區屬中南沿海地區（**Duyên Hải Nam Trung Bộ**）。位列越南第四大城市，次於胡志明市、河內市和海防市。

▼峴港市夜景

這些東西都準備好了嗎？

護照
Hộ chiếu

入境表格
Tờ khai nhập cảnh

簽證
Thị thực

機票
Vé máy bay

登機證
Thẻ lên máy bay

美金 Đô la Mỹ
台幣 Đài Tệ
越南盾
Việt Nam đồng

常用語句

Xin hỏi cổng lên máy bay này là ở đâu ạ?
請問這個登機門在哪邊？

Tôi muốn gởi hành lý này.
我這件行李要託運。

Cô ơi, đừng vội, phải xếp hàng nhé.
小姐，不要急，要排隊。

Đến bên kia xếp hàng.
去那邊排隊。

Xin hỏi khu vực lấy hành lý ở đâu?
請問行李區在哪？

Hành lý của tôi bị thất lạc rồi.
我找不到我的行李。

Xe đẩy ở đằng kia kìa.
推車在那邊。

Có hàng hóa cần khai báo không?
有要申報的東西嗎？

Cái đó không phải của tôi.
那不是我的東西。

Tôi không có đem theo bất cứ đồ vật cấm nào cả.
我沒有帶任何違禁品。

Đây là quà tặng cho bạn tôi.
這是要送給我朋友的禮物。

Tôi đến Việt Nam du lịch.
我來越南是為了觀光。

Tôi đến Việt Nam để đầu tư và bàn chuyện làm ăn.
我來越南是為了投資和談生意。

Tôi với vợ tôi về thăm nhà , cô ấy là người Việt Nam.
我陪老婆回娘家，她是越南人。

Ký tên ở đây.
在這裡簽名。

Cởi kính mát và nón (mũ) ra.
脫下墨鏡、帽子。

Cởi áo khoát, giày, dây nịt.
脫下外套、鞋子、腰帶。

Phải kiểm soát hành lý, soi chiếu bằng máy X-quang.
要檢查行李，過 X 光機。

Điện thoại di động, tiền xu, bật lửa, bỏ vào rổ nhựa.
手機、銅板、打火機放在塑膠盒。

025

單字			
Cổng lên máy bay	登機門	**Khu vực lấy hành lý**	行李區
Xếp hàng	排隊	**Ở đằng kia**	在那邊
Xe đẩy	推車	**Đầu tư**	投資
Hàng hóa	貨品	**Bàn chuyện làm ăn**	談生意
Ký tên	簽名	**Khai báo**	申報
Nón ; mũ	帽子	**Kính mát**	墨鏡
Giày	鞋子	**Áo khoát**	外套
Kiểm soát	檢查	**Dây nịt**	腰帶
Tiền xu	銅板	**Điện thoại di động**	手機
Rổ nhựa	塑膠盒	**Bật lửa**	打火機

情境對話

026

情境一
機場免稅店

| **A** | Chai rượu này bao nhiêu tiền?
這瓶酒要多少錢？

| **B** | 10.500.000 Đồng. (1.500 Đài Tệ)
10,500,000 越南盾（約 1,500 元台幣）

| **A** | Khi nhập cảnh Đài Loan, mỗi người được mang theo mấy cây thuốc lá và mấy chai rượu?
每個人可以帶多少菸和酒入境台灣呢？

| **B** | Tối đa chỉ được mang một cây thuốc lá, một lít rượu.
菸是一條，酒則是一公升為限。

| **A** | Xin hỏi làm thế nào để đi đến cổng lên máy bay số18?
請問 18 號登機門怎麼走？

情境二
機艙內

機艙內的廣播

| **A** Xin chào.
您好。

| **A** Xin quý khách đừng cản trở lối đi ạ.
請旅客不要停留在走道上。

| **A** Xin quý khách để hành lý ở ngăn đựng hành lý phía trên ghế ngồi.
請旅客把行李放在座位上方的置物櫃裡。

| **B** Xin hỏi, ghế ngồi 32C ở đâu?
請問 32C 的座位在哪裡？

| **A** Đi thẳng là thấy rồi ạ.
直走就看到了。

| **B** Anh ơi, xin tránh đường.
先生請借過。

| **C** Chờ chút nha, tôi để hành lý đã.
等一下好嗎，我先把行李放好。

| **B** Đây là chỗ ngồi của tôi.
這是我的座位。

情境二單字：機艙內的廣播			
Hành khách	旅客	Đừng	不要
Cản trở	阻礙	Lối đi	走道
Để	放	Hành lý	行李
Chỗ ngồi	座位	Phía trên	上方
Xin hỏi	請問	Ở đâu ?	在哪裡？
Đi thẳng	直走	Thấy	看到
Anh	你	Tránh đường	借過
Chờ chút	等一下	Tôi	我

◉ 文法教室 ◉

❖ **Xin chào（Chào）**：比較客氣、比較正式的打招呼用語。

一般越南人見面，打招呼的方式是直接呼喚對方的名字。

例如：**Ngọc**（玉）、**Chị Đào**（桃姐）。

❖ **Quý**：禮貌的稱呼

例如：**Quý khách**（貴客）、**Quý công ty**（貴公司）。

❖ **Xin**：禮貌用語。用於要求對方做某些事情的時候。

例如：**Xin bình tĩnh.** 請冷靜。

❖ **Ạ**：用在句尾表示尊重。

例如：**Con biết rồi ạ.** 我（女兒、兒子）我知道了。

❖ **Đã**：副詞「先」的意思，放在句尾。

例如：**Đợi cho tạnh mưa đã.** 先等雨停啦。

起飛前的廣播 028

A Máy bay sắp cất cánh rồi, xin mời quý khách gấp gác chân, dựng thẳng lưng ghế và thắt dây an toàn.

飛機即將起飛，請各位旅客把腳踏墊收起，椅背豎直並繫好安全帶。

B (Nhấn chuông gọi tiếp viên hàng không)

（按協助鈴）

A Xin hỏi có việc gì không ạ?

請問有什麼事嗎？

B Tôi muốn đi phòng vệ sinh.

我想上廁所。

A Xin chờ 5 phút nữa, đợi đèn báo hiệu cài dây an toàn được tắt.

請再稍等五分鐘，待解開安全帶的指示燈熄滅之後。

情境二單字：起飛前的廣播			
Máy bay	飛機	**Sắp**	即將
Cất cánh	起飛	**Gác chân**	腳踏墊
Lưng ghế	椅背	**Dựng thẳng**	豎直
Thắt (cài)	繫	**Dây an toàn**	安全帶
Nhấn chuông	按鈴	**Phòng vệ sinh**	廁所
5 phút	5 分鐘	**Đèn báo hiệu**	指示燈

◉ 文法教室 ◉

❖ **Sắp**：快要、即將，表示一種行為或事情快要發生。

例如：**Sắp mưa rồi.** 　快要下雨了。

　　　Sắp tới rồi. 　快到了。

開始用餐

| A | Đến giờ ăn cơm rồi, xin mời quí khách dựng thẳng lưng ghế để tiện cho người khác dùng cơm.
現在是用餐時間，請各位旅客豎直椅背方便別的旅客用餐。

| A | Xin hỏi ông dùng thịt gà hay thịt bò ạ?
請問您要雞肉還是牛肉？

| B | Tôi ăn thịt gà.
我要雞肉。

| C | Tôi ăn thịt bò.
我要牛肉。

| D | Xin hỏi có đồ ăn chay không?
請問有素食餐嗎？

| A | Anh uống côca hay nước trái cây?
您要喝可樂還是果汁？

情境二單字：開始用餐			
Ăn cơm	用餐	**Giờ**	時間
Thịt gà	雞肉	**Hay là?**	還是？
Thịt bò	牛肉	**Đồ ăn chay**	素食餐
Uống	喝	**Côca**	可樂
Nước trái cây	果汁		

準備降落  030

| **A** Sắp hạ cánh rồi, thắt dây an toàn đi.
快要降落了，繫上安全帶吧。

| **B** Vui quá.
好開心哦。

| **A** Xem lại có quên cái gì không.
再看一次有沒有忘了什麼東西。

| **B** Ừm. 嗯。

情境二單字：準備降落			
Hạ cánh	降落	**Dây an toàn**	安全帶
Vui	開心	**Quên**	忘記
Xem lại	再看一下		

 文法教室

❖ **Đi**：「吧」，句末語助詞，表示請求、命令、催促等。

例如：**Em nói đi.** 你説吧！

　　　Ăn đi. 吃吧！

（Photo by falco）

情境三
通關

通關問答

| A Anh đến Việt Nam với mục đích gì?
  你來越南的目的是什麼？

| B Tôi đến Việt Nam thăm vợ chưa cưới.
  我來越南看未婚妻。

| A Anh định ở đâu?
  你打算住在哪裡？

| B Tôi ở khách sạn.
  我住旅館。

情境三單字：通關問答			
Việt Nam	越南	**Mục đích**	目的
Gì	什麼	**Thăm**	探訪
Vợ chưa cưới	未婚妻	**Ở đâu?**	在哪裡？
Khách sạn	旅館		

提領行李 032

|A Xin hỏi nơi nhận hành lý ở chỗ nào ạ?
   請問在哪裡提領行李呢？

|B Ở đằng kia có màn hình để xem, chị dò theo số máy bay mà
   tìm hành lý.
   那裡有螢幕可以查閱，妳按照所坐的飛機號碼就可以找到行李了。

|C Tôi tìm không thấy hành lý của tôi.
   我找不到我的行李。

|B Cho tôi xem giấy biên nhận hành lý của anh.
   請出示你的行李收據。

|C Giấy biên nhận là giấy như thế nào?
   行李收據是什麼樣的收據？

|B Một tờ giấy dán keo nhỏ nhỏ, anh xem có dán trên hộ chiếu
   không.
   一張小小的貼紙，看有沒有黏在你的護照上。

檢查行李

|A Đây là hành lý của chị phải không? Phiền
   chị mở ra để chúng tôi kiểm tra.
   這一件是妳的行李嗎？麻煩打開讓我們檢查。

|B Chị đã kê khai số tiền Đô này chưa?
   這些美金妳有申報嗎？

情境四
機場報到

| **A** Anh có mấy kiện hành lý?
你有幾件行李？

| **B** Hai kiện hành lý.
兩件行李。

| **A** Xin mời anh để hành lý lên cân.
請你把行李放上去秤重。

| **B** Vâng.
好的。

情境四・單字			
Có	有	**Mấy kiện**	幾件
Hành lý	行李	**Xin mời**	請
Để	放	**Cân**	秤重

桃子小叮嚀

「越南入境單」第十三項規定
攜帶外幣分別超過 5,000 美元
（或等值貨幣）、黃金 300 公
克，入境必須詳實申報。出境
攜帶外幣不得超過 5,000 美元
（或等值貨幣）。

034

情境五
出境

| A | Lấy thẻ ra xem cửa lên máy bay số mấy.
把登機證拿出來看是幾號登機門。

| B | Số 18.　18 號。

| A | Bây giờ còn sớm, mình đi dạo cửa hàng miễn thuế đi.
現在還早，我們去逛一下免稅商店好了。

| B | Có mua thuốc lá cho ba không?
要買菸給爸爸嗎？

情境五・單字			
Thẻ máy bay	登機證	Cửa lên máy bay	登機門
Số mấy?	幾號？	Bây giờ	現在
Còn sớm	還早	Đi dạo	去逛街
Cửa hàng miễn thuế	免稅商店	Mua	買
Thuốc lá	香菸	Ba	爸爸
Không	嗎		

機場常用單字	
Sân bay	機場
phi trường	機場（較少用）
Sân bay quốc tế	國際機場
Sân bay nội địa	國內機場
Vé máy bay	機票
Vé máy bay điện tử	電子機票
Hộ chiếu	護照
Visa	簽證
Nhập cảnh	入境
Xuất cảnh	出境
Khu đến Nơi đến	入境口
Khu đi Nơi đi	出境口
Quá cảnh	轉機
Thủ tục	手續
Quầy check-in	報到櫃檯
Hành lý xách tay	手提行李
Thẻ hành lý	行李牌
Kiểm tra an ninh	安全檢查

機場常用單字	
Chất lỏng	液體
Hạng nhất	頭等艙
Hạng thương gia	商務艙
Hạng phổ thông	經濟艙
Chỗ ngồi gần cửa sổ	靠窗座位
Chỗ ngồi gần lối đi	靠走道座位
Chuyến bay	班機
Hoãn chuyến bay	班機延誤
Hủy chuyến bay	班機取消
Phòng chờ	等候區
Phi công	機長
Tiếp viên hàng không	空服員
Giờ địa phương	當地時間
Tiễn khách	送機
Đón khách	接機
Thiết bị điện tử	電子設備
Tắt điện thoại di động	關機

交通篇

Transportation

去過越南的人都可以領略到那裡的交通狀況，交通號誌往往只供參考，過馬路時一定要全神貫注，小心再三。大城市如胡志明市及河內，每到下班時刻或是假日，馬路上幾乎被機車佔滿，寸步難行，開車更是如履薄冰，前後左右被機車包夾，行車的左右間距控制宛如外科手術般精密。以前我常走的胡志明市阮豸路，在交通尖峰時刻，一公里路程開車居然要花上近一個小時。

越南政府為管制機車數量以提高機車稅額來控制，一輛150cc 機車的售價高達台幣 15 萬元，是台灣同型機車價錢的一倍，但還是阻擋不了越南民眾購買機車的慾望，他們把機車視為家庭的重要財產，僅次於房屋。

因為大眾運輸不方便，觀光客最好的交通工具還是以計程車為主。如果待的時間夠久又想要做深度旅遊，可以考慮租臺汽車或是買一輛二手的機車。可以先在台灣的監理所換發國際駕照到越南使用，至於越南的交通警察買不買單就要看運氣了，只要開車的人不要太過離譜，通常當地的公安是不會開罰單給外國人。

在越南，無論是哪個城市，最普遍搭乘的交通工具依序是「機車」、「計程車」、「人力車」、「巴士」、「渡輪」和「火車」。

胡志明市市區的某些路段已經禁止「人力車」通行，需有市政府核准的觀光人力車牌照才能夠上街。一般大眾最常使用的短程交通工具仍舊是「載客機車」。鑑於機車事故死傷數字始終居高不下，自 2008 年起，機車駕駛和乘客都被強制戴上安全帽。

常用語句 037

Xin chở tôi đến địa chỉ này.
請載我去這個地址。

Chở tôi đến đó mất khoảng bao lâu?
載我過去要多久時間？

Tiền xe bao nhiêu? 車錢要多少錢？

Tôi đang vội, lái nhanh chút nhé.
我趕時間，麻煩開快一點。

Đừng chạy nhanh quá. 別騎那麼快。

Dừng lại ở đây. 在這裡停車。

Anh ở đây chờ tôi một chút.
你在這裡等我一下。

Anh có dịch vụ gọi xe qua điện thoại không? Khi nào về tôi kêu anh đến chở.
你有電話叫車服務嗎？我要回去時再找你來。

Thuê xe một ngày (nửa ngày) bao nhiêu tiền?
包你的車一整天（半天）要多少錢？

Xin hỏi trạm xe buýt ở đâu？
請問公車站牌在哪邊？

Xin hỏi mỗi chuyến xe cách nhau khoảng bao lâu?
請問公車多久會來一班？

Trung bình 10-15 phút sẽ có một chuyến.
平均 10 至 15 分鐘會有一班車。

Chuyến xe cuối cùng là mấy giờ?

最末一班車是幾點？

Đứng đây đợi xe buýt có phải không ạ?

公車是在這裡等，沒錯吧？

Muốn đến công viên nước Hồ Tây phải đón xe buýt số mấy?

到西湖水上公園要搭幾號公車？

Giá vé bao nhiêu? 車票多少錢？

Bác tài ơi, khi nào gần tới trạm báo cho tôi biết nhé.

司機先生，快到站時麻煩通知我一下。

Anh kêu dùm tôi chiếc taxi nha. 請你幫我叫計程車。

Taxi tính tiền theo đồng hồ. 計程車依跳表計價。

Từ đây đến khách sạn đó có xa không?

從這裡到那家飯店遠不遠？

Mất bao nhiêu thời gian? 要花多少時間？

Tiền xe bao nhiêu? 車資多少錢？

Tôi không có tiền lẻ. 我沒有零錢。

Anh chưa thối tiền cho tôi. 你還沒找錢給我。

Khỏi thối. 零錢不用找了。

Đến ga xe lửa mua vé. 去火車站買票。

Đặt vé trên mạng. 網路訂票

Quầy bán vé ở đâu? 售票口在哪裡？

Vé một chiều hay vé khứ hồi? 單程票還是來回票？

車站與常見交通工具	
Ga xe lửa	火車站
Trạm xe buýt	巴士站
Trạm xe điện Metro	地鐵站（興建中）
Xe hơi Ô tô	汽車
Xe máy Xe honda	機車
Xe đạp	腳踏車
Xích lô	三輪車
Xe buýt	公車
Xe lửa Tàu hỏa	火車
Xe khách	客運巴士
Xe open bus	觀光巴士
Tàu du lịch	遊輪
Phà	渡輪
Xe điện	電動車
Xe cáp treo	纜車
Xe ngựa	馬車
Cưỡi voi	騎大象
Thuyền độc mộc	獨木舟
Máy bay	飛機
Trực thăng	直升機

040

情境一
選擇交通工具

| **A**　Xin hỏi tôi có thể đi bằng phương tiện gì để đến trung tâm thành phố?

請問我可以利用何種交通工具到達市區？

| **B**　Anh có thể đi taxi hoặc xe buýt. Còn nếu như anh không vội thì có thể ngồi xe xích lô.

你可以坐計程車或是巴士。另外，先生如果不趕時間的話可以選擇試試人力車。

| **C**　Ở Việt Nam có cho thuê xe không? Giống như dịch vụ thuê xe Herz của Mỹ.

越南有租車的嗎？就像美國的 Herz。

| **B**　Ở đây không có dịch vụ như vậy.

不好意思，這裡沒有。

A Nếu ngồi taxi mất bao nhiêu thời gian?
如果是坐計程車需要多久的時間呢？

B Từ sân bay Tân Sơn Nhất đến trung tâm thành phố khoảng 35 phút.
從新山一機場到市區約需 35 分鐘。

C Mình đi xe buýt đi.
我們坐公車好了。

A Ở đây có trạm xe buýt không?
這裡有公車站嗎？

B Có chứ, ra khỏi sân bay, quẹo phải.
有啊，就在機場大廳的右邊。

C Mình đi taxi cho nhanh.
我們坐計程車比較快。

A Anh tài xế ơi, xin hỏi đến Rạp hát bao nhiêu tiền?
司機先生，請問到歌劇院要多少錢？

D Khoảng chừng 400,000 đồng Việt Nam.
差不多要 40 萬越南盾。

A Mở cửa sau xe dùm tôi, tôi có mấy chiếc vali lận.
請打開後車廂，我有好幾件行李。

情境一 · 單字	
Từ	從
Sân bay	機場
Tân Sơn Nhất	新山一
Trung tâm thành phố	市區
Khoảng	大約
Phút	分鐘
Mình	我們
Taxi	計程車
Nhanh	快
Trạm xe buýt	公車站
Có	有

◉ 文法教室 ◉

❖ **Chứ**：表示強調、肯定的語助詞。

例如：**Mai em có đi chơi với tụi nó không?**

明天你要跟他們去玩嗎？

Đi chứ.

當然去啊！

情境二
公車

042

A	Bác tài ơi, cho hỏi tuyến xe này có dừng ở chợ Bến Thành không ạ?
	司機先生，請問這班車有到濱城市場嗎？
B	Không có. Cô đón xe số 35 nhé.
	沒有，妳可以坐 35 號公車。
A	Vâng ạ. Cám ơn bác.
	好的。謝謝你。

情境二・單字			
Bác tài	司機先生	**Cho hỏi**	請問
Tuyến xe này	這班車	**Dừng**	停
Chợ Bến Thành	濱城市場	**Không**	嗎
Không có	沒有	**Cô**	小姐
Số 35	35 號	**Cám ơn**	謝謝

● 文法教室 ●

❖ **Không?** 放在句尾的疑問句，是「嗎」的意思。

例如：**Con hiểu không?** 你懂嗎？

❖ **Không** 是「不」的意思。放在動詞或形容詞的前面表示否定。

例如：**Không ăn** 不吃

Không ngon 不好吃

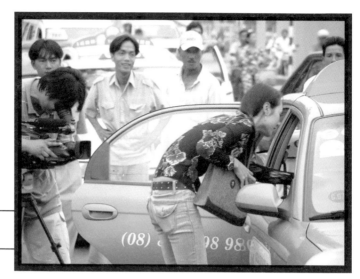

計程車（**xe taxi**）

情境三
計程車

| **A** Xin hỏi anh đi đâu?
請問你要到哪裡？

| **B** Chở tôi đến địa chỉ này.
請載我到這個地址。

| **B** Tôi đang vội, anh lái nhanh một chút nhé.
我在趕時間，你開快一點好嗎？

| **A** An toàn là trên hết.
安全最重要。

情境三・單字			
Đi đâu?	去哪裡？	**Chở**	載
Địa chỉ	地址	**Lái**	開車
Nhanh một chút	快一點	**An toàn**	安全

人力車（xe xích lô）

情境四
租車

| **A** Mai mình thuê xe 7 chỗ đi Đà Lạt chơi nha?

明天我們租七人座的車去大叻玩好不好？

| **B** Tự lái hay là thuê xe có tài xế?

自己開還是租車含司機？

| **A** Thuê xe có tài xế đi, tự lái mệt lắm.

租車含司機好了，自已開車很累。

| **B** Gọi điện thoại đi hỏi xem bao nhiêu tiền?

打電話去問看看要多少錢？

情境四・單字	
Mai	明天
Thuê xe	租車
7 chỗ	七人座
Đà Lạt	大叻（地名）
Tự lái	自己開車
Tài xế	司機
Hay là	還是
Mệt	累
Gọi điện thoại	打電話
Hỏi	問
Bao nhiêu tiền?	多少錢？

◉ 文法教室 ◉

❖ 副詞 Lắm：「很」的意思。

例如：**Ông ấy giàu lắm.**　他很有錢。

　　　Tôi buồn lắm.　我很難過。

❖ 形容詞 Lắm：「多」的意思。

例如：**Lắm chuyện**　多事。

　　　Lắm mồm lắm miệng　多嘴。

情境五
訂火車票

A **Nhớ đặt vé tàu nha.**

記得訂火車票哦。

B **Mua loại vé ghế cứng, ghế mềm hay là giường nằm?**

買硬座、軟座還是臥鋪的車票？

A **Mua vé nằm mềm có điều hòa.**

買空調軟臥鋪的票。

B **Mắc lắm anh ơi.**

很貴哦！

A **Không sao đâu.**

沒關係。

情境五・單字			
Nhớ	記得	**Đặt vé**	訂票
Vé tàu	火車票	**Mua**	買
Loại vé	票的種類	**Ghế cứng**	硬座
Ghế mềm	軟座	**Giường nằm**	臥鋪
Điều hòa	空調	**Mắc**	貴

買火車票時需要提供的資訊	
Ngày đi	出發日期
Ga đi	起站
Ga đến	迄站
Mã tàu	車次
Loại ghế	座位種類

火車座位名稱	
Ghế ngồi cứng	無空調硬座（木椅）
Ghế ngồi cứng điều hòa	空調硬座
Ghế ngồi mềm	無空調軟座（沙發椅）
Ghế ngồi mềm điều hòa	空調寬敞軟座
Giường cứng điều hòa tầng 1	空調硬臥鋪第一層
Giường cứng điều hòa tầng 2	空調硬臥鋪第二層
Giường cứng điều hòa tầng 3	空調硬臥鋪第三層
Giường cứng tầng 1	無空調硬臥鋪第一層
Giường cứng tầng 2	無空調硬臥鋪第二層
Giường cứng tầng 3	無空調硬臥鋪第三層
Giường mềm tầng 1	無空調軟臥鋪第一層
Giường mềm tầng 2	無空調軟臥鋪第二層
Giường nằm mềm điều hòa tầng 1	空調軟臥鋪第一層
Giường nằm mềm điều hòa tầng 2	空調軟臥鋪第二層

胡志明市捷運 施工圍籬，位於第一郡的歌劇院前

哇！想不到越南也有捷運（地鐵）了

越南將進入城市軌道交通時代。

2012 年 08 月 28 日，胡志明市第一條地鐵線動工（**TP HCM khởi công tuyến Metro đầu tiên**），工程將於 2017 年竣工，2018 年開始運行。

這是五條計畫興建的地鐵線中的第一條，全長 19.7 公里，共計十四個站。其中 2.6 公里為地下線路，設有三站，另外 17.1 公里為地面輕軌，設有十一站。

從胡志明市的濱城圓環啟始，終點站是仙泉。

與此同時，河內也有三條地鐵或輕軌即將動工，河內的地鐵線路總里程將為 11.5 公里，其中有 8.5 公里為地下線路。這條線路將穿過河內最有名的古街，預計於 2017 年通車。

小常識報你知

越南有很多遊覽巴士公司或旅行社提供 Open Bus 觀光巴士服務。如果你是背包客，可以選擇 Open Bus 到各大城市旅遊，它便宜、快捷、方便及乾淨。

Open Bus 有分坐椅巴士以及臥躺椅巴士。沿線的城市包括：胡志明市、美奈、大叻、芽莊、會安、峴港、順化、河內。

你可以一站一站買票或一次買幾個站的聯票。沒有時間限制，等一個地方玩夠了，再搭別的 Open Bus 到下個城市。

目前口碑比較好的有 Sinhcafe、Phuong Trang 等公司。

背 包客到越南旅遊的住宿大致分為「四、五星級國際連鎖旅館」、「三星級以下當地人經營的賓館」及「以月租方式的民宿」。

如果預算充足，可以選擇五星級飯店住宿，因為物美價廉。經常到不同國家旅行的朋友可以發現已開發國家的五星級飯店多已老舊，除了房間陳設過時，地毯家具又有菸味和霉味，反而類似越南這樣開發中國家的同等級飯店較為新穎乾淨。越南的五星級飯店一晚從 135 美元起（包含自助式早餐），比曼谷低一點，是台灣和日本的一半價格。

四星級以下的飯店可以選擇到如「富美興」這樣的新興城鎮，美輪美奐別有一番風情。如果需要長住可以選擇向當地人租屋，除了租金外需要準備半年至一年的押金。

越南知名飯店

胡志明市主要星級飯店

1. 西貢新世界飯店（New World Saigon Hotel）：4 星級，76 Le Lai Street, District 1, Ho Chi Minh City, Vietnam。CP 值最高，我每次到西貢旅遊拍片的首選。

2. The Reverie Saigon：五星級，22-36 Nguyen Hue Boulevard, District 1, 57-69F Dong Khoi Street, District 1, Ho Chi Minh City, Vietnam。越南最好的城市酒店。

3. 胡志明市日光酒店（Hotel Nikko Saigon）：五星級，235 Nguyen Van Cu, Ho Chi Minh City 70000, Vietnam。

4. 亞洲西貢洲際酒店（InterContinental Asiana Saigon）：五星級，Corner Hai Ba Trung St. & Le Duan Blvd, District 1, Ho Chi Minh City 70000, Vietnam。

5. 西貢柏悅酒店（Park Hyatt Saigon）：五星級，2 Lam Son Square, District 1, Ho Chi Minh City 70000, Vietnam。

▼ The Reverie Saigon

河內市主要星級飯店

1. 河內拉西埃斯特飯店（Hanoi La Siesta Hotel）：五星級，94 Ma May St., Old Quarter, Hoan Kiem Dist., Hanoi 10000, Vietnam。

2. 河內索菲特大都市飯店（Sofitel Legend Metropole Hanoi）：五星級，15 Ngo Quyen Street, Hanoi 10000, Vietnam。

3. Oriental Central Hotel：五星級，No. 39 Hang Bac Str, Old Quarter, Hoan Kiem, Hanoi 10000, Vietnam。

4. 精華河內大酒店（Essence Hanoi Hotel & Spa）：五星級，22 Ta Hien Street, Hoan Kiem District, Old Quarter, Hoan Kiem District, Hanoi, Vietnam。

5. 河內梅拉科斯酒店二號館（Hanoi Meracus Hotel 2）：五星級，32 Hang Trong st, Hoan Kiem Lake, Old Quarter, Hoan Kiem District, Hanoi 10000, Vietnam。

▼峴港市夜景

峴港市主要星級飯店

1. 福西安馬亞度假酒店（Fusion Maia Da Nang）：五星級，Vo Nguyen Giap Street, Khue My Ward, Ngu Hanh Son District, Da Nang, Vietnam。

2. 越南洲際峴港陽光半島度假酒店（InterContinental Danang Sun Peninsula Resort）：五星級，Bai Bac, Sontra Peninsula, Da Nang, Vietnam。

3. The Blossom Resort Danang：五星級，Lo A1-A2, Dao Xanh, Hoa Cuong Bac Ward, Hai Chau District, Da Nang, Vietnam。

（Photo by Prince Roy）

商店街（**Trung tâm mua sắm**）

代客叫車（**Bồi kêu xe**）

常用語句 047

Gần đây có nhà nghỉ không?

這裡附近有旅館嗎？

Có khách sạn nào giá rẻ một chút không?

有比較便宜的飯店嗎？

Còn phòng trống không?

還有空房嗎？

Hết phòng rồi.

沒有空房了。

Khách sạn này có hồ bơi ngoài trời.

這家飯店有戶外游泳池。

Khách sạn này có hồ bơi trong nhà.

這家飯店有室內游泳池。

Có phòng tập thể dục.

有健身房。

Có phòng hội nghị.

有會議室。

Khách sạn có wifi miễn phí không?

飯店有免費的 wifi 嗎？

Có wifi miễn phí tại đại sảnh.

大廳有免費 wifi。

3 giờ chiều nhận phòng.

下午 3 點入房。

12 giờ trả phòng.

12 點退房。

Khách sạn có nhà hàng không?

飯店有餐廳嗎？

Ở một đêm bao nhiêu tiền? Có bao gồm buổi ăn sáng không?

住宿費要多少錢？有附早餐嗎？

Tôi muốn một **phòng cho một người (phòng cho hai người)**.

我要一間單人房（雙人房）。

Tôi có đặt một phòng.

我有預約一個房間。

Tôi muốn đặt một **phòng đơn (phòng đôi)** .

我要預訂一間單人房（雙人房）。

Anh muốn loại phòng nào?

你想住哪一種房間？

Phòng đôi hai người.

兩床的雙人房。

Có thể đổi phòng không?

可以換個房間嗎？

Tôi muốn đổi phòng.

我要換一個房間。

Tôi muốn phòng yên tĩnh một chút.

我要安靜一點的房間。

Tôi muốn phòng có khung cảnh đẹp.

我要風景好一點的房間。

Tôi muốn phòng không hút thuốc.

我要無菸房。

Tôi quên mang chìa khoá rồi.

我忘了帶鑰匙。

Tôi để quên chìa khoá ở trong phòng.
我的鑰匙留在房間裡了。

Phòng của tôi ở lầu mấy?
我的房間在幾樓？

Ra giường bẩn quá, thay cái mới dùm tôi nhé.
床單太髒了，幫我換新的好嗎？

Tại sao không có nước nóng?
為什麼沒有熱水？

Sáng mai gọi tôi thức dậy nhé.
明天早上請叫我起床。

Ngày mai gọi tôi dậy vào lúc 6 giờ nhé.
請明天早上 6 點打電話叫我起床。

Làm ơn tìm giúp tôi một hướng dẫn viên du lịch.
請幫我找一位導遊。

Khách sạn có dịch vụ đưa đón sân bay không?
飯店有機場接送的服務嗎？

Giúp tôi gọi một chiếc xe taxi đi sân bay.
請幫我叫一部去機場的計程車。

Tôi muốn ở thêm một ngày nữa.
我要多住一天。

Tôi muốn trả phòng trước ngày đã định.
我要提前退房。

Tôi muốn gọi điện thoại quốc tế.
我想打國際電話。

Tôi thanh toán bằng thẻ tín dụng.
我用信用卡結帳。

旅館常用單字	
Phòng đôi 1 giường	一床的雙人房
Phòng đơn 1 giường	一床的單人房
Phòng đơn không có cửa sổ	沒有窗戶的單人房
Phòng đơn có cửa sổ	有窗戶的單人房
Phòng gia đình	家庭房
Phòng hướng biển	向海景房間
Quầy bar	酒吧
Tiền típ	小費
Dịch vụ giặt khô	乾洗服務
Két an toàn	保險箱
Tủ lạnh	冰箱
Nước suối	礦泉水
Bồn tắm	浴缸
Vòi sen	蓮蓬頭
Máy sấy tóc	吹風機
Bàn chải đánh răng	牙刷
Kem đánh răng	牙膏
Dao cạo râu	刮鬍刀
Xà phòng	肥皂
Sữa tắm	沐浴乳
Dầu gội đầu	洗髮精
Khăn tắm	浴巾

Khăn mặt	毛巾
Giấy vệ sinh	衛生紙
Bồn cầu	馬桶
Ổ cắm điện	插座
Ổ cắm chuyển đổi	電源轉換頭
Dép đi trong nhà	室內拖鞋
Máy lạnh	冷氣
Lối thoát hiểm	緊急出口

越南許多小型旅館戶外多設有複合式咖啡廳，提供正餐和咖啡飲料。

情境對話

051

情境一
櫃檯登記

飯店櫃檯（**Quầy lễ tân**）

| **A** | **Chào cô, tôi có đặt phòng cách đây một tuần.**
妳好！一個禮拜前我訂了一個房間。

| **B** | **Xin cho biết tên của chị.**
請問您的大名？

| **A** | **Nguyễn Thanh Đào.**
阮清桃。

| **B** | **Xin chờ một chút. Vâng, chị có đặt một phòng đơn, đúng không ạ?**
請等一下。是的，您訂了一間單人房，沒錯吧？

| **B** | **Số phòng của chị là 620. Đây là chìa khóa phòng.**
Giá phòng mỗi đêm là 30 đô bao gồm buổi ăn sáng.
您的房號是 620。這是房間鑰匙。
房價每個晚上是 30 美金包含早餐。

A Xin hỏi buổi ăn sáng từ mấy giờ đến mấy giờ?

請問早餐從幾點開始？到幾點結束呢？

B Buổi ăn sáng từ 5 giờ đến 10 giờ

早餐從 5 點開始一直到 10 點結束。

A Cám ơn cô.

謝謝妳。

情境一 · 單字			
Tôi	我	**Đặt phòng**	訂房
Cách đây 1 tuần	一個禮拜前	**Tên**	名字
Chờ một chút	等一下	**Phòng đơn**	單人房
Đúng không?	對嗎？	**Số phòng**	房間號碼
Chìa khóa	鑰匙	**Giá phòng**	房價
Mỗi đêm	每個晚上	**Đô**	美金
Bao gồm	包含	**Buổi ăn sáng**	早餐

情境二
入住房間

| **A** Anh để hành lý ở đó được rồi.
行李放在那裡就可以了。

| **B** Dạ, chị có cần gì nữa không ạ?
好的。您還需要什麼服務嗎？

| **A** Anh mượn dùm tôi cái bàn ủi nhé?
可以幫我借個電熨斗嗎？

| **B** Dạ, chút nữa tôi đem lên cho chị.
好的，待會兒我就送過來。

| **A** Cám ơn anh.
謝謝你。

| **B** Nếu cần gì nữa thì chị gọi cho quầy lễ tân nhé.
如果還有什麼需要請打電話到櫃檯。

情境二・單字			
Ở đó	在那裡	**Cần**	需要
Gì	什麼	**Mượn**	借
Bàn ủi	熨斗	**Quầy lễ tân**	櫃檯

053

情境三
連絡櫃檯

自助式早餐（**Ăn sáng tự chọn**）

A	Tôi ở phòng 620, hình như ti vi bị hỏng rồi.
	我住 620 號房，電視好像壞掉了。

B	Vâng, tôi mời nhân viên phục vụ lên xem ngay bây giờ.
	好的。我馬上請服務人員上去看一下。

A	À, cho tôi hỏi, ăn sáng ở đâu? Mấy giờ?
	啊，請問早餐在哪裡吃？幾點？

B	Ở lầu 2, phục vụ từ 7 giờ đến 10 giờ.
	在二樓，早餐服務時間從 7 點到 10 點。

情境三 · 單字			
Hình như	好像	**Tivi**	電視
Hỏng	壞掉	**Nhân viên phục vụ**	服務人員
Lên	上去	**Ngay bây giờ**	馬上
Mấy giờ?	幾點？	**Lầu 2**	二樓
Phục vụ	服務	**7 giờ**	7 點

情境四
退房

迷你吧（**Quầy bar nhỏ**）

| **A** Chào cô, tôi muốn trả phòng.
妳好！我要退房。

| **B** Vâng. Chị đợi chút nhé.
好的。請妳等一下。

| **B** Tiền phòng hai đêm, 2 lon bia và 1 lon côca, tổng cộng 250 đô.
二天房間的錢、兩罐啤酒和一罐可樂共 250 塊美金。

| **A** Sao mắc quá vậy? Bia bao nhiêu một lon?
怎麼那麼貴？啤酒一罐多少？

情境四・單字			
Trả phòng	退房	**Bia**	啤酒
Côca	可樂	**Sao**	為什麼
Mắc	貴	**Bao nhiêu?**	多少？

觀光旅遊篇
Sightseeing

常有台灣人問我「越南適合自助旅行嗎？或者他只會說中文和少許英文，可以去越南的哪幾個城市旅遊？

越南是一個英文不普及的國家，中文和粵語也只有在華人群聚的「第五郡」和「堤岸」流通。我的建議是，除非你有識途老馬或在地的朋友同行，不然最好採「跟團」方式為恰當。

我們常在電視上看到泰國、新加坡、馬來西亞等國家的旅遊廣告，但越南的卻很少見。殊不知位在越南中部的「會安」是「國際訂房網站」2016 年所選出全球十大最受情侶歡迎的旅遊地點的第三名，是亞洲唯一入榜的城市。越南中部的峴港（Da Nang）更被《國家地理》雜誌評選為人生必去的五十個地方之一。國際知名旅遊網站 TripAdvisor，根據使用者評價，分析出「世界十大爆紅旅遊景點」，其中亞洲城市就占了四個名次，第一名由歐美人士的度假天堂——越南峴港市奪下。

筆者有幸成為峴港及會安這兩個城市的旅遊代言人，相關的微電影請在 YouTube 頻道搜尋「海倫清桃」＋「觀光微電影」。

越南最受歡迎的十大景點 2014 年美國旅遊網站 Touropia 選出的越南十大景點	
Vịnh Hạ Long	下龍灣
Chùa Thiên Mụ	天姥寺
Hồ Hoàn Kiếm	還劍湖
Hội An	會安
Đảo Phú Quốc	富國島
Ruộng bậc thang Sapa	沙巴梯田
Mũi Né	美奈
Đồng bằng sông Cửu Long	湄公河三角洲
Địa đạo Củ Chi	古芝地道
Nha Trang	芽莊

情侶夏天約會聖地	
Sapa	沙巴
Vịnh Hạ Long	下龍灣
Đà Nẵng	蜆港
Hội An	會安
Đà Lạt	大叻
Nha Trang	芽莊
Đảo Phú Quốc	富國島
Mũi Né	美奈

桃子小叮嚀

越南國土狹長從北緯 8°30′ 至 23°22′，距離約 1,600 公里，北中南大城市之間的旅遊以搭乘飛機為合適，建議至少提前一星期前訂位才有位子。

認識越南著名城市	
Bắc bộ 北部	
Hà Nội	河內
Hải Phòng	海防
Hạ Long	下龍
Sapa	沙巴
Trung bộ 中部	
Huế	順化
Đà Nẵng	蜆港
Hội An	會安
Nha Trang	芽莊
Đà Lạt	大叻
Nam bộ 南部	
Thành phố Hồ Chí Minh （**Sài gòn**）	胡志明市 （西貢）
Phan Thiết	潘切
Mỹ Tho	美托
Vũng Tàu	頭頓
Đảo Phú Quốc	富國島

Cô biết nói tiếng Anh không?

妳會説英文嗎？

Cô biết nói tiếng Trung không?

妳會説中文嗎？

Anh nói gì ạ?

你説什麼？

Tôi nghe không rõ.

我聽不清楚。

Bạn nói chậm một chút được không?

你説慢一點好嗎？

Gần đây có trung tâm thông tin du lịch không?

這附近有旅遊資訊中心嗎？

Xin hỏi có bản đồ du lịch không?

請問有觀光地圖嗎？

Chúng tôi đang tìm chỗ ở.

我們正在找住的地方。

Ở đây có cửa hàng bán đồ lưu niệm không?

這裡有紀念品專賣店嗎？

Xin hỏi ở đâu có bán đồ ăn?

請問哪裡有賣吃的？

Ở gần đây có quán bar không?

這附近有酒吧嗎？

Đổi tiền ở đâu?

在哪換錢？

Đổi ở ngân hàng hoặc tiệm vàng cũng được.
在銀行或銀樓都可以換錢。

Cái này là cái gì?
這個是什麼？

Có thể ăn thử không?
可以試吃嗎？

Có thể mặc thử không?
可以試穿嗎？

Cái này bao nhiêu tiền?
這個多少錢？

Mắc quá. Tính rẻ một chút được không?
好貴哦！可以算便宜一點嗎？

Có nhận thẻ tín dụng không?
有收信用卡嗎？

Có thể thanh toán bằng séc du lịch không?
可以用旅行支票嗎？

Tôi mua cái này bị hỏng rồi, đổi cái khác cho tôi nhé.
我買的這個是壞的，請幫我換一個。

Có thể sửa quần áo ngay tại chỗ không?
衣服可以現場修改嗎？

Anh ở lại đây bao lâu?
你要留在這裡多久？

Tôi sẽ ở đây 3 ngày 2 đêm.
我會在這裡住 3 天 2 夜。

Tôi toàn đi du lịch tự do không à.
我都是自由行。

059

Tôi muốn đi xem triển lãm.

我想去看展覽。

Vé vào cổng bao nhiêu tiền?

門票多少錢？

Ở đây có mở cửa cho du khách vào tham quan không?

這裡有開放給旅客參觀嗎？

Có thể chụp ảnh không?

可以拍照嗎？

Đây là chỗ của tôi.

這是我的座位。

Nhờ người ta chụp ảnh cho mình.

請別人幫我們拍照。

Cô ơi, chụp dùm chúng tôi tấm ảnh.

小姐，請幫我們拍張照片。

Cảnh ở đây quá đẹp.

這裡的風景太美了。

Vui quá, tôi nhất định sẽ đến đây thêm một lần nữa.

好好玩哦，我一定會再來的。

060

旅遊常見單字	
Công ty du lịch	旅行社
Xe du lịch	遊覽車
Du khách	遊客
Hướng dẫn viên du lịch	導遊
Phong cảnh	風景

Điểm du lịch	景點
Tham quan	參觀
Trung tâm phục vụ du khách	旅客服務中心
Bản đồ	地圖
Sổ tay hướng dẫn du lịch	旅遊指南
Bưu điện	郵局
Thời tiết	天氣
Điểm đến	目的地
Chi phí du lịch	旅費
Di tích	古蹟
Cảnh quan thiên nhiên	自然景觀
Danh lam thắng cảnh	名勝古蹟
Công viên quốc gia	國家公園
Di sản văn hóa	文化遺產
Vé vào cửa	門票
Đồ lưu niệm	紀念品
Đặc sản	特產
Quà	禮物
Người pha chế rượu	調酒師
Nhân viên phục vụ Bồi bàn	服務員
Đổi ngoại tệ	兌換外匯
Ngân phiếu du lịch	旅行支票
Thẻ tín dụng	信用卡

情境對話

情境一
去哪玩？

061

| **A** Ban đêm ở Sài Gòn có gì chơi không em?

西貢的晚上有什麼好玩？

| **B** Đi ăn uống ở chợ đêm Bến Thành, đi quán cà phê mở cửa 24/24, hoặc đi mát-xa, còn không thì đi chơi ở hộp đêm. Nhiều chỗ chơi lắm.

去濱城夜市吃吃喝喝，去 24 小時的咖啡館，或者去按摩，
要不然就去夜店玩。有很多地方可以玩的！

| **A** Nếu muốn ngắm cảnh thành phố về đêm thì đi đâu xem?

如果想欣賞城市夜景，要去哪看呢？

| **B** Anh có thể đi du thuyền trên sông Sài Gòn hoặc đến tòa nhà cao nhất ở Sài Gòn là Bitexco ngắm cảnh.

Nếu không muốn tốn tiền thì đi dạo ở cầu Ánh Sao ở Phú Mỹ Hưng, ở đó đẹp và lãng mạn lắm.

你可以坐船游西貢河，或者到 Bitexco ——西貢最高的摩天大樓看
看市區景色。

如果不想花錢就到富美興的星光橋散步，那裡很美，很浪漫。

情境一 · 單字			
Ban đêm	夜晚	Chơi	玩
Ăn uống	吃喝	Quán cà phê	咖啡館
Mở	開	24/24	24 小時
Hoặc	或者	Mát-xa	按摩
Hộp đêm	夜店	Chỗ	地方
Nếu	如果	Ngắm cảnh về đêm	欣賞夜景
Du thuyền	游船	Sông	河
Tòa nhà	大樓	Cao nhất	最高
Cầu	橋	Đi dạo	散步

062	娛樂場所
Quán cà phê	咖啡館
Chợ đêm	夜市
Quán bar	酒吧
Rạp chiếu phim	電影院
Viện bảo tàng	博物館
Sở thú	動物園
Vườn thực vật	植物園
Công viên vui chơi giải trí	遊樂園
Công viên	公園
Cửa hàng bách hóa	百貨公司
Siêu thị	超級市場
Đại siêu thị	大賣場

夜市

 063

| **A** Việt Nam có chợ đêm không?

越南有夜市嗎？

| **B** Có sao không?

有啊，怎麼會沒有呢？

| **A** Ở Hà Nội có chợ đêm nào nổi tiếng?

在河內有哪個有名的夜市？

| **B** Chợ đêm phố cổ là khu chợ nổi tiếng nhất ở Hà Nội. Ở đây bán đủ thứ mặt hàng với giá rất là bình dân. Khách Việt và khách nước ngoài đều thích đến đây mua sắm.

老街夜市是河內最有名的商圈。這裡什麼都有賣，東西平價。越南旅客和外國旅客都喜歡來這裡購物。

| **A** Chợ đêm ở đây ngày nào cũng có hay sao?

這裡的夜市每天都有營業嗎？

| **B** Thứ sáu, thứ bảy và chủ nhật mới có chợ đêm.

只有禮拜五、六和禮拜天才有。

❖ 補充說明：

• 越南人講話的習慣不會一次說出一連串，會先只說一個，後面再補充。

情境二・單字			
Chợ đêm	夜市	**Nổi tiếng**	有名
Phố cổ	老街	**Khu chợ**	商圈
Bán	賣	**Đầy thứ mặt hàng**	貨物齊全
Giá bình dân	平價	**Mua sắm**	購物

情境三
買紀念品

A Cô chủ ơi, tôi muốn mua một ít quà tặng, cô có thể giới thiệu cho tôi không?

老闆娘，我要買一些伴手禮，妳能推薦一些東西嗎？

B Sẵn sàng thôi, mua đồ ăn hay đồ dùng?

沒問題啊，要吃的還是用的？

A Đều được. Việt Nam có những đặc sản nào nổi tiếng?

都可以啦。越南有哪些有名的特產？

B Kẹo dừa Bến Tre và bánh cốm. Trẻ em và người lớn đều thích, có nhiều người mua làm quà tặng lắm.

檳椥椰子糖和扁米餅，大人小孩都喜歡，很多人都買來送禮。

A Có đồ nào phù hợp với con gái không?

有比較適合年輕女孩的東西嗎？

B Chị có thể mua áo dài. Nhưng loại áo này tốt nhất là phải đến tiệm đo và sửa ngay tại chỗ cho vừa người.

你可以買越式旗袍啊。不過這種衣服最好還是在店裡量一量尺寸，當場修改，這樣比較合身。

A Lấy ngay tại chỗ à?

馬上拿到衣服嗎？

B Nhanh nhất là vài tiếng đồng hồ đến nửa ngày.

快的話幾個小時到半天。

A Cám ơn cô. Tính dùm tôi tất cả bao nhiêu tiền nhé.

謝謝妳。請幫我算一下這些東西總共多少錢。

情境三・單字			
Quà tặng	伴手禮	Giới thiệu	推薦
Đặc sản	特產	Nổi tiếng	有名
Kẹo dừa	椰子糖	Bánh cốm	扁米餅
Người lớn	大人	Trẻ em	小孩
Áo dài	越式旗袍	Đo	量
Sửa	修改	Tại chỗ	當場
Nửa ngày	半天		

066　伴手禮與越南名產

Thực phẩm khô　乾糧

Mít sấy　乾菠蘿蜜

Chuối sấy　乾香蕉

Mứt bí　冬瓜蜜餞

Khô bò　牛肉乾

Tranh cát　沙畫

Hàng thủ công mỹ nghệ　手工藝品

Nón lá　斗笠

Đồ thổ cẩm　少數民族手工藝品

Áo dài　越式旗袍

Đặc sản địa phương　當地名產

Bánh cốm Hà Nội　河內扁米餅

Kẹo dừa Bến Tre　檳椥椰子糖

Mè xửng Huế　順化芝麻糖果

Nem chua Bình Định　平定酸肉

情境四

購票

 067

| **A** Cho tôi hai vé người lớn, một vé trẻ em.
我要兩張成人票，一張兒童票。

| **B** 120,000 đồng.
12 萬元。

| **A** Cô thối nhầm tiền rồi.
妳找錯錢了。

| **B** Bây giờ có phương án ưu đãi, trẻ em miễn phí.
現在有優惠方案，兒童免費。

| **A** Thì ra là vậy. Xin hỏi vào trong đó có được chụp ảnh không?
原來是這樣。請問裡面可以拍照嗎？

| **B** Được, nhưng không được dùng đèn flash.
可以，不過不能用閃光燈。

情境四·單字			
Vé người lớn	成人票	**Vé trẻ em**	兒童票
Thối nhầm tiền	找錯錢	**Bây giờ**	現在
Ưu đãi	優惠	**Miễn phí**	免費
Chụp ảnh	拍照	**Đèn flash**	閃光燈

情境五
各地旅行

A Tôi muốn đi du lịch Việt Nam, nhưng không biết nên đi thành
phố nào.

我想去越南旅行，但是不知道要去哪個城市。

B Hình như bạn thích biển phải không?

你好像喜歡海，對不對？

A Mình thích ngắm biển và đi trên bãi cát.

我喜歡看海及在沙灘走走。

B Vậy thì bạn có thể đi Nha Trang, Mũi Né hoặc đảo Phú Quốc,
là những nơi có bãi biển rất đẹp.

那麼你可以去芽莊、美奈或富國島，這些地方都有很漂亮的海灘。

A Đài Loan có bay trực tiếp đến Nha Trang không?

台灣有直飛到芽莊嗎？

B Không có. Bạn có thể ngồi máy bay đến Hà Nội hoặc Sài
Gòn, sau đó chuyển máy bay nội địa đến sân bay Cam Ranh.

沒有。你可以坐飛機到河內或西貢，然後轉機到金蘭機場。

情境五 · 單字			
Thành phố nào?	哪個城市？	Hình như	好像
Biển	海	Ngắm biển	看海
Bãi cát	沙灘	Nơi	地方
Bãi biển	海灘	Bay trực tiếp	直飛
Chuyển máy bay	轉機	Nội địa	境內
Sân bay	機場		

（ Photo by falco ）

Chapter 8

Asking Directions

說到「問路」可說是國情大不同，比如說在台灣，當你問人某個地方要如何走，知道的就會告訴你，不瞭解的就不會說，在越南則不同，越南人無論知不知道多半會很熱心告訴你。再者現代越南大城市的道路都是法國佔領期間所規劃的，道路呈放射狀，類似巴黎以凱旋門為中心向外延伸，而不是棋盤式。

河內市現由十郡（Quận／郡）、一鎮（Thị xã／市社）、十八縣（Huyện／縣）共計二十九個行政單位構成。胡志明市分成十九郡和五縣，河內市的所有郡鎮縣有自己的專屬名稱。胡志明市的一至十二郡以阿拉伯數字為名稱，十三至十九郡及五縣則有自己的專屬名稱。

常用語句 069

Tôi không biết bây giờ đang ở đâu nữa.

我不知道我現在在哪裡。

Đường này là đường gì?

這條路是什麼路？

Xin hỏi chùa Trấn Quốc nằm ở đâu ạ?

請問鎮國寺在哪裡？

Chùa Trấn Quốc nằm trên đường Thanh Niên cạnh Hồ Tây.

鎮國寺位於青年路，西湖旁邊。

Còn xa không?

還有多遠？

Xin hỏi làm sao đi đến chùa Trấn Quốc ạ?

請問鎮國寺要怎麼走？

Đi đến đó mất bao nhiêu thời gian?

走到那裡要多少時間？

Xin hỏi đây là đường Trần Hưng Đạo phải không ạ?

請問這是陳興道路嗎？

Cách khách sạn tôi ở có xa không?

離我住的飯店遠嗎？

Chỗ đó có xa không?

那個地方遠嗎？

Chỗ đó xa lắm.

那個地方很遠。

Gần lắm.

很近。

Đi theo hướng này, đúng không ạ?

是往這個方向去，沒錯吧？

Bạn đi lộn đường rồi.

你走錯路了。

Anh đi ngược hướng rồi.

你走反方向了。

Cô đi thẳng, tới đầu đường quẹo trái.

妳直走，到路口左轉。

常見地點

Bảo tàng	博物館	**Hộp đêm**	夜店
Hiệu sách	書店	**Sân vận động**	運動場
Nhà thuốc	藥局	**Bệnh viện**	醫院
Cửa hàng bách hóa	百貨公司	**Thư viện**	圖書館
Nhà hàng ăn uống	餐廳	**Bưu điện**	郵局
Công viên	公園	**Ngân hàng**	銀行
Chợ	市場	**Trạm xe buýt**	公車站
Bãi biển	海灘	**Ga xe lửa**	火車站
Nhà thờ	教堂	**Sân bay**	機場

071

情境對話

情境一

問路

A Xin hỏi ở gần đây có siêu thị không cô?
請問這裡附近有超市嗎？

B Có, đi bộ khoảng 5 phút là tới rồi.
有，走路大約五分鐘就到了。

A Cô chỉ đường cho tôi được không?
請妳告訴我怎麼走。

B Anh đi thẳng tới ngã tư, sau đó quẹo phải, đi thêm vài bước
là thấy rồi.
你直走到十字路口，然後右轉，再走幾步就看到了。

A Cám ơn cô.
謝謝妳。

B Không có chi.
不客氣。

問路篇   115

情境一・單字	
Ở gần đây	在這附近
Đi bộ	走路
Chỉ đường	指路（回答問路）
Ngã tư	十字路口
Bước	步伐
Siêu thị	超市
Khoảng	大約
Đi thẳng	直走
Quẹo phải	右轉
Không có chi	不客氣

小常識報你知

背包客區（Phố tây ba lô ở thành phố Hồ Chí Minh）是指胡志明市第一郡范五老（Phạm Ngũ Lão）、提探（Đề Thám）等街區。這裡聚集了很多雖小但設備齊全的旅館以及旅行社、咖啡店、貨幣兌換店、街頭小吃車、酒吧等。不管白天還是夜晚都很熱鬧，很多背包客都會選擇來住這裡。

072

情境二
迷路

| **A** Chết rồi, tụi mình bị lạc đường rồi.
糟了，我們迷路了。

| **B** Em hỏi cụ ấy xem mình đang ở đâu?
妳問那位老先生看我們在哪裡？

| **A** Chào cụ. Xin hỏi đây là đâu ạ?
您好！請問這裡是哪裡？

| **C** Đây là phố Tây ba lô.
這裡是洋人區。

| **A** Cụ có biết siêu thị Big C nằm ở đâu không ạ?
您知道 Big C 超市在哪裡嗎？

| **C** Tôi không biết.
我不知道。

情境二・單字			
Chết rồi	糟了	**Tụi mình**	我們
Bị lạc đường	迷路	**Cụ ấy**	那位老先生
Ở đâu?	在哪裡？	**Phố Tây ba lô**	洋人區 （背包客區）

情境三
交通工具

| **A** Xin hỏi đến phố cổ Hà Nội bắt xe số mấy?
請問到河內老街要坐幾號公車？

| **B** Tôi cũng không biết nữa.
我也不知道耶。

| **C** Cô có thể đi bằng xe honda ôm , rẻ hơn taxi nhiều lắm.
妳可以搭載客機車，比計程車便宜很多。

| **A** Có an toàn không?
安全嗎？

| **C** An toàn. Cô đừng lo.
安全。妳不要擔心。

情境三・單字			
Phố cổ	老街	**Hà Nội**	河內（越南首都）
Cũng	也	**Không biết**	不知道
Honda ôm	載客機車	**Rẻ hơn**	比較便宜
Nhiều	多	**An toàn**	安全
Đừng lo	別擔心		

● 文法教室 ●

「Hơn」比較句的用法：

❖ A 比 B + 形容詞

例句：**Cô ấy cao hơn em.**

她比妳高。

Anh ấy giàu hơn anh.

他比你有錢。

❖ 如果要強調可以在後面加 nhiều（多）。

例句：**Cái này mắc hơn cái kia nhiều.**

這個比那個貴多了。

空間方位			
Trên	上	Dưới	下
Trái	左	Phải	右
Trước	前	Sau	後
Trong	裡	Ngoài	外
Đây	這	Đó	那
Gần	近	Xa	遠
Đối diện	對面	Đông	東
Tây	西	Nam	南
Bắc	北		

交通常見單字	
đi thẳng	直走
rẽ trái	左轉
rẽ phải	右轉
lối vào	入口
lối ra	出口
Đường cao tốc	高速公路
Đường một chiều	單行道
Đường dành riêng cho xe đạp	自行車步道
Đường dành riêng cho người đi bộ	行人道
Phố đi bộ	徒步區
Vạch kẻ đường	斑馬線
Đèn giao thông Đèn xanh đèn đỏ	紅綠燈
Bùng binh	圓環
Ngã tư	十字路口
Ngã ba	三叉路
Vòng lại Quay lại	迴轉

Chapter 9

Restaurant 餐廳篇

越南的口味偏清淡，大部分都是以魚露來烹調，連沾醬也是，不同於台灣以醬油為主。因為天氣炎熱，生菜從配角躍居為主角，舉凡河粉、烤肉、煎餅、春捲⋯⋯都會配上生菜一起食用。

越南菜色裡大菜較少，所以在路邊攤、夜市、市場都可以吃到道地的越南菜，不一定要到餐館或是飯店。連在越南皇朝時期的中越宮廷菜也是四處可見。

越南的餐廳普遍營業到晚上 10 點，在市區某些熱鬧的街道旁路邊攤營業到凌晨 1、2 點的也是有的。一般民眾擁有信用卡的比例不高，所以越南的食衣住行都是使用現金交易。其它如餐廳所使用的餐具、衛生狀況或是訂位都與台灣的現況大同小異。

Có món gì ngon?
有什麼好吃的？

Món đặc biệt của quán cô là gì?
妳們的招牌菜是什麼？

Cô dọn bàn ăn cho tôi nhé.
麻煩把桌子清理一下。

Ông ấy đang ăn món đó là món gì vậy?
那位先生正在吃的那道菜叫什麼？

Tôi muốn gọi món đó.
我要點那道菜。

Món này ăn như thế nào?
這道菜要怎麼吃？

Món này cho thêm một phần nữa nhé.
這道菜再來一份。

Có thức uống (đồ ngọt) gì ngon không?
你們的招牌飲料（甜點）是什麼？

Tôi muốn uống nước cam.
我想喝柳橙汁。

Tôi uống cà phê nóng.
我喝熱咖啡。

Tôi uống cà phê sữa đá.
我喝冰牛奶咖啡。

Cho hai ly cà phê đen.
請給我兩杯黑咖啡。

越式炸物（Chuối chiên, khoai lang chiên 等）

Chúng tôi còn có gọi món súp nữa, chưa thấy đem ra.

我們還有叫濃湯，還沒上。

Chúng tôi đợi lâu lắm rồi.

我們等很久了。

Đồ ăn nguội hết rồi.

食物都冷掉了。

Chúng tôi có gọi món này đâu.

我們沒有叫這道菜。

Món này mặn quá.

這道菜好鹹。

Đừng làm cay quá nhé.

麻煩別太辣。

Có cay không?

會辣嗎？

Cay quá.

好辣。

Đắng quá.

好苦。

Thơm quá.

好香。

Chát quá.

太澀了。

Chua quá.

太酸了。

Hơi bị ngọt.

有點甜。

Hơi bị nhạt.
有點淡。

Món này không có mùi vị gì hết, chắc quên bỏ muối rồi.
這道菜沒味道，是忘了加鹽嗎？

Mùi kỳ kỳ.
味道怪怪的。

Mùi gì vậy? Hôi (thối) quá.
什麼味道啊？好臭。

Mình đi nhậu đi.
我們去喝酒吧。

Uống sô đa chanh không?
要喝檸檬蘇打嗎？

Uống sinh tố không?
要喝奶昔嗎？

Ăn chè không?
要吃甜品嗎？

酸辣米線

Đi bến Bạch Đằng ăn kem không?
要不要去白藤碼頭吃冰淇淋？

Ngon mà lại rẻ nữa.
好吃又便宜。

Hôm nay mình đãi.
今天我請客。

Mình đang ở quán cà phê 36 đợi bạn.
我正在 36 咖啡店等你。

Đến Việt Nam mà không ăn phở, uống cà phê thì coi như chưa đến Việt Nam.
到越南沒有吃河粉、喝咖啡就等於沒來過越南。

用餐場所			
Nhà hàng Việt Nam	越南餐廳	Nhà hàng hải sản	海鮮餐廳
Quán nướng Tiệm nướng	烤肉店	Quán phở Tiệm phở	河粉店
Quán lẩu dê Tiệm lẩu dê	羊肉爐	Chợ đêm	夜市
Quán cà phê	咖啡廳	Khu ẩm thực ở trung tâm mua sắm	百貨公司 美食街
Nhà hàng Tàu	中國菜餐廳	Nhà hàng Quảng Đông	粵菜館
Quán ăn Tiệm ăn	餐館 餐廳	Quán lẩu Tiệm lẩu	火鍋店 火鍋餐廳
Quán thức ăn nhanh Tiệm thức ăn nhanh	速食店 速食餐廳	Quán vỉa hè	路邊攤
Tiệm thức ăn chay	素食餐廳		

越南料理 Món ăn Việt 🔘 080

還有很多越南菜值得一試喔			
Hủ tiếu nam vang	金邊河粉	**Miến trộn**	涼拌冬粉
Cà ri bò	咖哩牛肉	**Bánh xèo**	越式煎餅
Bún măng vịt	酸筍鴨肉米線	**Phở xào bò**	牛肉炒河粉
Bún thịt nướng	烤肉米線	**Cơm tấm**	碎米飯
Cơm cháy	鍋巴	**Cơm hến**	蛤蜊飯
Cháo gà	雞肉粥	**Cháo lòng**	豬雜粥
Bánh cuốn	蒸粉捲	**Bánh canh**	米苔目
Bún cà ri gà	咖哩雞米線	**Bún riêu**	蝦醬海鮮米線
Bún bò Huế	順化牛肉米線	**Bún ốc**	螺肉米線
Bún chả giò	春捲米線	**Phở bò viên**	牛肉丸河線
Phở tái	生牛肉河線	**Phở gà**	雞肉河線
Gỏi gà	涼拌雞絲	**Chả lụa**	精肉團
Bánh bao	包子	**Lạp xưởng**	臘腸
Hột vịt lộn	鴨仔蛋	**Gỏi cuốn**	生春捲
Bánh bột chiên	蘿蔔糕（煎）	**Bánh mì**	法國麵包
Bánh mì kẹp thịt	越式三明治	**Xôi**	糯米飯

牛肉河粉（Phở bò）

鴨腿麵（Mì vịt tiềm）

高樓麵（Mì Cao Lầu，
會安名產）

雞肉河粉（Phở gà）

甘蔗蝦（Chạo tôm）

越式沙拉（Sà lách dầu dấm）

越南水果 081

形形色色的水果			
Bơ	酪梨	Bưởi	柚子
Chanh	檸檬	Chanh dây	百香果
Mía	甘蔗	Me	羅望子
Nhãn	龍眼	Nho	葡萄
Cam	柳橙	Dưa hấu	西瓜
Ổi	芭樂	Quýt	橘子
Quất	金橘	Sầu riêng	榴槤
Dâu tây	草莓	Đu đủ	木瓜
Táo Bom	蘋果	Lê	梨
Hồng	柿子	Trứng gà	仙桃
Xoài	芒果	Vải	荔枝
Khế	楊桃	Khóm Thơm	鳳梨
Mận	蓮霧	Trái bòn bon	蘭撒果
Măng cụt	山竹	Măng cầu	釋迦
Vú Sữa	牛奶果	Sơ ri	印度櫻桃

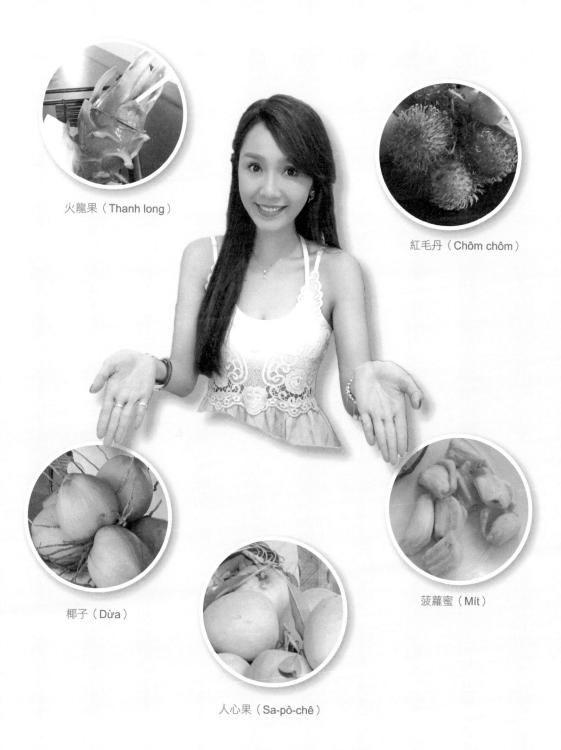

火龍果（Thanh long）

紅毛丹（Chôm chôm）

椰子（Dừa）

人心果（Sa-pô-chê）

菠蘿蜜（Mít）

西餐 Bữa ăn Tây  082

主菜 Món ăn chính			
Bò bít tết	牛排 （bò：牛）	Sườn cừu	羊排 （cừu：羊）
Sườn heo nướng	豬排 （heo：豬）	Gà nướng	烤雞
Tái	三分熟	Chín tái	五分熟
Chín vừa	七分熟	Chín kỹ	全熟

開胃菜 Món khai vị			
Salad	沙拉	Súp	濃湯
Đồ tráng miệng	甜點	Mỳ Ý	義大利麵
Tôm hùm	龍蝦	Tôm	蝦
Cua	蟹	Cá	魚
Hào	蠔		

烤肉飯（**Cơm sườn**，豬排飯）

情境對話

情境一
訂位

A A lô, nhà hàng Hải Bá Vương xin nghe.
喂，海霸王餐廳您好。

B Tôi muốn đặt chỗ.
我要訂位。

A Xin hỏi đặt mấy chỗ, lúc nào?
請問有幾位？什麼時候的？

B Hai chỗ, khoảng 7 giờ tối.
兩位，大約是晚上 7 點。

A Vâng. Xin cho biết tên và số điện thoại của cô ạ?
好的。請問您的大名以及電話？

B Tôi tên Đào. Số điện thoại là 0912-XXXXXX.
我叫桃。電話號碼是 0912-XXXXXX。

A Cám ơn cô. Tôi sẽ giữ bàn cho cô đến 7 giờ rưỡi.
謝謝您。我幫您保留座位到 7 點半。

情境一・單字			
Nhà hàng	餐廳	Đặt bàn Đặt chỗ	訂位
Hai người	兩人	Mấy giờ?	幾點？
Khoảng	大約	Tên	名字
Số điện thoại	電話號碼		

● 文法教室 ●

❖ **Lúc**： 表達時間，「時候」的意思。

例如：**Lúc 7 giờ**　7 點的時候

　　　Lúc tôi đi du lịch nước ngoài　當我出國旅遊的時候

情境二
點菜

| A | Chị ơi, cho tôi xem thực đơn.
小姐，請給我菜單。

| B | Vâng. Anh chị muốn ăn gì ạ?
好的。兩位要吃什麼？

| A | Món đặc biệt của hôm nay là gì?
今天的招牌菜是什麼？

| B | Dạ món cơm chiên cá mặn ạ.
鹹魚炒飯。

| A | Cho tôi một đĩa cơm chiên cá mặn. Em ăn gì?
我要一份鹹魚炒飯。妳要吃什麼？

| C | Em ăn bún chả cá.
我要吃魚板米線。

情境二・單字			
Thực đơn	菜單	Ăn gì?	吃什麼？
Món đặc biệt	招牌菜	Của	（你、我、他）的
Món	一道菜	Cơm chiên	炒飯
Cá mặn	鹹魚	Một đĩa	一盤
Bún	米線	Chả cá	魚板

085

情境三
結帳

芝麻餅（Bánh cam）

A Em ơi, cho thêm đôi đũa và cái muỗng nhé.
妹妹（弟弟），請再給我一雙筷子跟湯匙。

B Dạ. 好的。

A Luôn tiện tính tiền dùm chị. 順便幫我結帳。

B Hoá đơn đây chị. 帳單在這裡。

A Có tính tiền phục vụ không? 有算服務費嗎？

B Dạ có . Tiền phục vụ 10%. Chút chị trả tiền ở quầy thu ngân nha.
有。服務費是 10%。等一下麻煩妳到收銀櫃檯結帳。

A Tiền bo cho em nè. 這小費給你。

情境三・單字			
Đũa	筷子	**Muỗng**	湯匙
Hóa đơn	帳單	**Tính**	計算
Tiền phục vụ	服務費	**Quầy thu ngân**	收銀櫃檯
Tiền bo; Tiền típ	小費		

086

情境四
路邊攤

| **A** | Bánh mì kẹp thịt nhìn thấy ngon quá.
| | 越式三明治看起來好好吃。

| **B** | Ăn không? Mua về tối ăn.
| | 要吃嗎？買回去晚上吃。

| **A** | Ừ, mua hai ổ.
| | 嗯，買兩條。

| **B** | Bà chủ, làm cho tôi hai ổ, cay một chút nha.
| | 老闆娘，幫我做兩條，加辣一點哦。

情境四・單字			
Ngon	好吃	**Ăn không?**	要吃嗎？
Mua	買	**Về**	回去
Ổ	條（量詞）	**Bà chủ**	老闆娘
Làm	做	**Cay**	辣

情境五
路邊咖啡

越南路邊咖啡座

A **Mình cũng bắt chước người Việt Nam, đi uống cà phê via hè đi.**
我們學越南人去喝路邊咖啡吧。

B **Anh biết tiếng Việt à?**
你會講越南話啊？

A **Dễ thôi, đi theo anh.**
簡單啦，跟我走。

A **Ông chủ, cho ly cà phê sữa đá và một ly nước dừa.**
老闆，一杯冰咖啡牛奶、一杯椰子水。

C **Có ngay.**
馬上來。

A **Sữa ít thôi nha.**
煉乳少一點哦。

情境五・單字			
Bắt chước	學、模仿	**Người Việt Nam**	越南人
Uống	喝	**Cà phê vỉa hè**	路邊咖啡
Biết	會	**Tiếng Việt**	越南文
Dễ	簡單	**Ông chủ** **Bà chủ**	老闆
Nước dừa	椰子水	**Sữa**	煉乳
Ít	少		

飲料（**Thức uống**）和甜點（**Đồ ngọt**）			
Cà phê đá	冰咖啡 （不加牛奶）	**Cà phê sữa đá**	冰咖啡牛奶
Cà phê nóng	熱咖啡 （不加牛奶）	**Cà phê sữa** **nóng**	熱咖啡牛奶
Nước dừa	椰子水	**Nước đá**	冰水
Nước nóng	熱水	**Thêm đá lạnh**	加冰塊
Sữa	牛奶	**Sữa đậu nành**	豆漿
Bia	啤酒	**Cô ca**	可樂
Nước ngọt	汽水	**Trà đá**	冰茶
Chè	越式冰品		

吃越南河粉常見的生菜盤

089	調味料（Đồ gia vị）		
Dầu ăn	油	Dấm	醋
Húng quế	羅勒（九層塔）	Lá bạc hà	薄荷葉
Mật ong	蜂蜜	Cần tây	芹菜
Bột ngọt	味精	Nước mắm	魚露
Dưa leo	黃瓜	Mù tạt	芥末
Đậu phộng nghiền nát	花生碎粒	Sốt cà chua	番茄醬
Mỡ hành	蔥油	Bột cà ri	咖哩
Nước cốt dừa	椰漿	Ớt	辣椒
Giá	豆芽菜	Tiêu	胡椒
Nước tương Xì dầu	醬油	Dầu hào	蠔油
Muối	鹽	Cà chua	番茄
Đồ chua	蘿蔔絲	Chao	豆腐乳

生活篇

Live together

　　人和人的因緣非常奇妙，生活環境全然不同的遠方朋友，有時會走入我們的生活，與我們同住一個屋簷下。

　　不管是前來幫忙家中事務的越南朋友，或是情定一世的家庭新成員，我們都要好好珍惜這些緣份，只要彼此用心相待，他們必將成為我們的好幫手、好朋友或好伴侶。

　　本章要教各位的，便是如何歡迎越南新朋友來到家中，並且幫他們更快瞭解環境和適應新的生活。

(Photo by dmz)

實用語句一 初到台灣家庭

Đây là phòng của cô.
這是妳的房間。

Có cần gì nữa thì nói với tôi nhé.
還需要什麼的話，請儘管跟我說。

Mền (chăn) ở đây, lạnh thì lấy ra đắp .
這裡有棉被，會冷的話自己來拿。

Đây là chìa khóa nhà. 這是家裡的鑰匙。

Đây là địa chỉ nhà. 這是我們家的地址。

Đây là bếp. 這裡是廚房。

Đây là phòng tắm. 這裡是浴室。

Công tắc vòi nước nằm ở đây. 開關在這邊。

Đây là công tắc bình nóng lạnh khí đốt thiên nhiên.
這是天然瓦斯開關。

Tôi chỉ cho cô cách dùng. 我教妳怎麼用。

Tôi làm trước cho cô xem.
我先操作一次給妳看。

Phải mở trước cái này mới dùng được.
這個要先打開才能用。

Cô theo đạo gì?
妳的宗教信仰是？

Cái này dơ, đừng ăn (uống).
這個不乾淨，不要吃（喝）。

實用語句二 緊急狀況 091

Nếu có việc gấp, hãy gọi số điện thoại này cho tôi.
如果有緊急的事,請打這支電話給我。

Số di động của tôi là 09XX-XXX-XXX.
我的行動電話是 09XX-XXX-XXX。

Điện thoại nhà là 02-XXXX-XXXX.
家中的電話是 02-XXXX-XXXX。

Đây là số điện thoại của bảo vệ cư xá.
這是我們社區(大樓)管理員的電話。

Cháy lửa, cầu cứu khẩn cấp hoặc muốn gọi xe cứu thương thì gọi số 119.
火災、緊急救助或找救護車,電話打 119。

Nếu muốn tìm cảnh sát cô có thể gọi số 110.
要找警察的話,妳可以打 110。

實用語句三 家庭打理

Tôi có công chuyện đi ra ngoài một chút.
我有事要出去一下。

Hôm nay có chuyện gì xảy ra không?
今天有發生什麼事嗎？

Cô có thấy đồ tôi để ở đây không?
妳有看到我放在這裡的東西嗎？

Có người đang bấm chuông, đi xem thử ai vậy.
有人按電鈴，看一下是誰。

Mưa rồi, thu quần áo nhanh lên.　　下雨了，快收衣服！

Đóng cửa sổ lại mau lên.　　快點關上窗戶。

Buổi tối nhớ kiểm tra xem cửa và cửa sổ đã khóa chưa.
晚上記得要檢查門窗有沒有鎖好。

Mặn quá.　　味道太鹹了。

Đem đi vứt đi.　　拿去丟掉。

Mỗi ngày đều phải đun một nồi nước.
每天要煮一壺水。

Pha một ly cà phê (trà).　　泡一杯咖啡（茶）。

Dùng xong nhớ tắc.　　用完要記得關掉。

Làm như vậy sẽ không lãng phí.
這樣做比較不會浪費。

Cẩn thận một tí.　　小心一點。

Cẩn thận kẻo hư đấy.
這東西要小心一點，不然很容易弄壞。

實用語句四 居家照顧

托嬰服務

Mấy thứ này là đồ dùng trẻ em (tả lót, bình sữa, sữa bột).

這些是小孩的用品（尿布、奶瓶、奶粉）。

Phải để ý đến nhiệt độ của sữa.

要注意牛奶的溫度。

Phải thay tả lót cho bé rồi đấy.

小孩需要換尿布了。

老人看護

Bà cụ (ông cụ) đi đứng không tiện, cô phải để ý nhé.

奶奶（爺爺）的行動不太方便，請妳多留意一下。

Đưa cái này cho bà cụ nhé.

請把這個拿過去給奶奶。

Ông cụ (bà cụ) không được ăn cái này.

爺爺（奶奶）不能吃這東西。

Ông cụ không được khỏe, dẫn ông đi khám bệnh đi.

爺爺身體不太舒服，請帶他去醫院。

Hôm nay ông cụ phải đi tái khám.

爺爺今天要回醫院複診。

Đây là thẻ y tế của ông cụ (bà cụ).

這是爺爺（奶奶）的健保卡。

Nhớ cầm theo thuốc của ông cụ.

記得要帶爺爺的藥。

Nhớ để cho ông cụ uống thuốc đúng giờ.

按時給爺爺吃藥。

Ông cụ có uống thuốc không?

爺爺有沒有吃藥？

Có đo huyết áp cho ông chưa? Huyết áp bao nhiêu?

有幫爺爺量血壓嗎？結果如何？

Ông cụ cần phải phơi nắng nhiều chút, dẫn ông đi ra ngoài đi.

爺爺需要多曬一下陽光，帶他去走一走吧。

Đừng về trễ nhé.

別太晚回來。

Trước khi ngủ, hãy kiểm tra tình hình ông cụ (bà cụ) nhé.

晚上睡覺前，請看一下爺爺（奶奶）的狀況。

桃子小叮嚀

★想介紹家中成員，可以參考「家庭拜訪與結婚篇」。
★說明某人的身體或疾病狀況，請參考「醫療篇」的單字。
★要說明附近的地點或商店，請參看「問路篇」。
★要說明有哪些交通工具，請參看「交通篇」。

實用語句五 出門辦事 094

Đây là chợ.

這裡是菜市場。

Đây là nhà thuốc.

這裡是藥房。

Cái này là thẻ EasyCard (thẻ sử dụng phương tiện giao thông công cộng).

這一張是悠遊卡（一卡通）。

Nếu muốn mua đồ, ở bên kia có cửa hàng tiện lợi, hoặc đến siêu thị mua cũng được.

要買東西的話，那邊有便利商店，或是到超市也可以。

Trên đường về nhà mua giùm tôi cái này .

回來的路上，請順便買一下這個東西。

Cô đi mua cái này nhé.

請妳去買這個。

Hôm nay phải mua mấy cái này.

這是今天要買的東西。

Mua hiệu này nè, đừng mua nhầm nha.

買這個牌子的，千萬別弄錯。

Đây là tiền đi chợ hàng ngày, một Đài tệ tương đương với 700 đồng Việt Nam.

這裡是每天的菜錢，一塊台幣等同於 700 越南盾。

情境一
初來乍到

| A　Chào cô, tôi là Tiểu Đào, hoan nghênh cô nhé.
妳好，我是桃子，歡迎妳來。

| B　Xin chào bà, tôi là Lan.
太太妳好，我是蘭。

| A　Tôi dẫn cô xem căn nhé.
我先帶妳參觀一下屋子。

| B　Nhà đẹp quá.
好漂亮的房子喔！

| A　Đây là bếp, đây là phòng tắm, đây là phòng của tôi và ông chủ,
đây là phòng của trẻ con, ông cụ ở phòng bên cạnh. Cô sẽ ở
phòng này.
這裡是廚房，這是浴室，這是我和先生的房間，這是孩子們的房間，
爺爺住在隔壁那間。妳以後就住這一間。

| B　Phòng này rộng nhỉ.
這房間好大喔。

A Hãy coi đây như nhà của mình, có cần gì thì nói với tôi.

就把這裡當妳的家，有什麼需要請直接跟我説。

B Vâng ạ. Cám ơn bà.

好的，謝謝妳。

情境一・單字			
Dẫn	帶	**Nhà**	屋子
Đẹp	漂亮	**Bếp**	廚房
Phòng tắm	浴室	**Phòng**	房間
Bên cạnh	隔壁	**Rộng**	大
Cần	需要		

● 文法教室 ●

❖ **Căn**：房子的量詞

例如：**Tôi có 2 căn nhà.**

我有二間房子。

❖ **Rộng**：大、寬，描述尺寸的形容詞。

例如：**Áo này rộng quá.**

這件衣服太大了。

Đo chiều cao và chiều rộng giùm tôi nhé.

幫我測量高度和寬度好嗎？

情境二
託嬰照顧

| **A** | Nó là chị, tên "Helen", đây là em trai "David".
她是姊姊「海倫」，這是弟弟「大衛」。

| **B** | Tụi nhỏ mấy tiếng đồng hồ uống sữa một lần ạ?
他們幾個小時喝一次牛奶呢？

| **A** | Trong tờ giấy này có ghi giờ giấc uống sữa.
這張紙上寫了喝奶的時間。

| **B** | Tôi còn phải chú ý thêm điều gì nữa ạ?
我還需要注意些什麼事呢？

| **A** | Đây có nhiệt kế, nếu bị sốt thì lập tức gọi điện thoại cho tôi.
這裡有溫度計，如果有發燒就立即打電話給我。

| **B** | Tôi có cần phải dẫn tụi nhỏ đi dạo không?
我要帶他們出去逛逛嗎？

| **A** | Đi dạo ở công viên cư xá nhà mình được rồi.
在我們社區公園走走就可以。

| **B** | Chiếc xe đẩy trẻ em này, phải không ạ?
是這一臺嬰兒車嗎？

	A	Làm phiền cô nhé.
		那就麻煩妳了。
	B	Xin yên tâm.
		請放心。

情境二・單字			
Tụi nhỏ	他們	Mấy tiếng đồng hồ	幾個小時
Uống	喝	Sữa	牛奶
Một lần	一次	Tờ giấy	紙張
Giờ giấc	時間	Chú ý	注意
Nhiệt kế	溫度計	Nếu	如果
Sốt	發燒	Lập tức	立刻
Gọi điện thoại	打電話	Đi dạo	逛逛
Cư xá	社區	Công viên	公園
Xe đẩy trẻ em	嬰兒車	Làm phiền	麻煩
Yên tâm	放心		

◉ 文法教室 ◉

❖ 複數 **Tụi**：一群人；**Nhỏ**：小；因此 **Tụi nhỏ** 就是指「小朋友們」。
Tụi 是比較看不起或比較親密的口語用法。

例如：	**Tụi buôn người**	人口販子
	Tụi mình	咱們
	Tụi mày	你們
	Tụi tao	我們（不包含在聽的人）

老人看護

| **A** | Hôm nay trời đẹp, cô dẫn ông cụ đi dạo nhé.
今天天氣不錯，請妳帶爺爺出去走一走吧。

| **B** | Đi dạo ở đâu ạ?
去哪邊走走呢？

| **A** | Ở trước cổng rẻ phải, đi bộ không bao lâu sẽ nhìn thấy công
viên.
出門了口之後右轉，走沒多遠就會看到一個公園。

| **B** | Cần đặc biệt lưu ý điều gì không?
需要特別注意什麼嗎？

| **A** | Tốt nhất là về nhà trước 5 giờ để tránh giờ tam tầm nhiều xe
cộ và nhớ đem theo thuốc của ông cụ nhé.
最好 5 點以前回來，以免下班時間路上有很多車子。
還有，記得帶爺爺的藥。

B Vâng, tôi biết rồi.

好，我知道了。

A Đây là số điện thoại của tôi, có việc gì gấp thì gọi điện thoại cho tôi.

這是我的電話號碼，有什麼緊急的事就打電話給我。

情境三・單字			
Thời tiết	天氣	Đi dạo	出去走走
Cổng	門口	Công viên	公園
Đặc biệt	特別	Lưu ý	注意
Tốt nhất	最好	Trước 5 giờ	5 點以前
Giờ tan tầm	下班時間	Xe cộ	車子
Nhớ	記得	Thuốc	藥

098

情境四
日常飲食

	A	Cô có ăn chay không? Hay có loại thực phẩm nào không được ăn không?

妳有吃素,或不能吃什麼食物嗎?

	B	Tôi không ăn hải sản, tôi bị dị ứng .

我不吃海鮮,身體會過敏。

	A	Cô có quen món ăn khẩu vị Đài Loan không?

妳習慣台灣菜的口味嗎?

	B	Không quen lắm.

還不太習慣耶。

	A	Nếu cô muốn thì cũng có thể nấu món ăn Việt Nam cho chúng tôi thưởng thức.

以後如果妳想的話,也可以煮一煮越南的家鄉菜給我們嘗嘗啊。

	B	Thế thì tốt quá.

太好了!

情境四·單字			
Ăn chay	吃素	**Thực phẩm**	食物
Hải sản	海鮮	**Dị ứng**	過敏
Khẩu vị	口味	**Món ăn Đài Loan**	台灣菜
Nấu	煮		

099 家電產品			
Tivi	電視機	**Chiếc điều khiển từ xa**	遙控器
Tủ lạnh	冰箱	**Máy lạnh**	冷氣機
Quạt điện	電風扇	**Máy giặt**	洗衣機
Lò vi sóng	微波爐	**Máy rửa chén**	洗碗機
Bếp gas	瓦斯爐	**Lò nướng**	烤箱
Nồi cơm điện	電鍋	**Máy sưởi**	電暖爐
Chăn điện	電熱毯	**Máy đo huyết áp**	血壓計
Điện thoại	電話	**Vi tính**	電腦
Chuông điện	電鈴	**Bộ đàm**	對講機

※ 越南人會用英文 remote 來形容遙控器，可是正確的說法是 remote control。

100

居家用品			
Sofa	沙發	Ghế	椅子
Bàn	桌子	Bàn ăn	餐桌
Giường	床	Thảm	地毯
Mền Chăn	棉被	Gối	枕頭
Tủ đựng đồ	置物櫃	Tủ quần áo	衣櫃
Chén Bát	碗	Dĩa	盤子
Nồi	鍋子	Dao nhà bếp	菜刀
Đũa	筷子	Muỗng	湯匙
Nĩa	叉子	Ly Cốc	杯子
Kéo	剪刀	Băng ghế gỗ	板凳

日常雜務

| **A** | Tối nay phải đổ rác, mấy cái kia cũng vứt luôn nhé.

今晚要倒垃圾,那些東西就一起丟掉。

| **B** | Khoảng chừng mấy giờ ?

差不多幾點?

| **A** | Khoảng 7 rưỡi đến 8 giờ, cô nghe thấy tiếng nhạc tức là xe đổ rác đến rồi đó.

差不多 7 點半到 8 點之間,車子來了妳會聽到音樂聲。

| **B** | Cái này cũng vứt luôn hay sao?

這個也要丟嗎?

| **A** | Đây là đồ tái chế, không được bỏ trong túi đựng rác.

這是資源回收物品,不能放垃圾袋。

Đồ nhựa, thủy tinh, giấy và chai nhựa phải để riêng, không được đựng chung với rác.

塑膠、玻璃、紙和保特瓶要和垃圾分開放。

Thức ăn dư thừa đựng trong thùng màu vàng thì đổ vào cái thùng lớn trong xe rác.

黃桶子裡的廚餘，倒進垃圾車上的大桶子。

| **B** Đi đổ rác ở đâu?

在哪邊丟垃圾？

| **A** Ở đầu hẻm, cô sẽ nhìn thấy có rất nhiều người cầm túi rác, cô làm theo họ là được rồi.

在巷口，妳會看到有一堆人提著垃圾袋，

跟著他們做就是了。

情境五・單字			
Tối nay	今晚	**Đổ rác**	倒垃圾
Vứt	丟	**Nghe thấy**	聽到
Tiếng nhạc	音樂聲	**Tái chế**	資源回收
Túi rác	垃圾袋	**Nhựa**	塑膠
Thủy tinh	玻璃	**Giấy**	紙
Chai nhựa	保特瓶	**Thùng**	桶子
Thức ăn dư thừa	廚餘	**Xe rác**	垃圾車
Đầu hẻm	巷口	**Nhà bếp**	廚房

◉ 文法教室 ◉

❖ **Vứt**：「丟掉」，也可以用 dục, quăng, bỏ。

叫別人把東西拿去丟掉時可以這樣說：

Vứt đi = Dục đi = Quăng đi = Bỏ đi

清潔用品與消耗品

Giấy vệ sinh	衛生紙	Nước rửa chén	洗碗精
Nước giặt	洗衣精	Nước tẩy	漂白水
Kem đánh răng	牙膏	Bàn chải đánh răng	牙刷
Khăn mặt	毛巾	Khăn tắm	浴巾
Sữa tắm	沐浴乳	Dầu gội đầu	洗髮精
Bóng đèn LED	LED 燈泡	Pin	電池
Chổi quét nhà	掃把	Chổi lau nhà	拖把
Giẻ lau	抹布	Rác	垃圾

（Photo by helenthink）

Chapter

11

 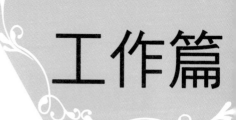

到越南「工作」和去「旅遊」完全是兩回事。「旅遊」有地陪（導遊）負責安排行程，食衣住行自己完全不用操心，看風景吃美食，真是一件舒服愉快的事。然而到當地「工作」，凡事都得由自己操持，雖然在越南公司裡也會有問題，但僅只於公務上的要求、對話和文化上的適應，下了班、出了工廠公司你就得面對直接和當地越南民眾打交道的生活。

生活在異國會面臨很多狀況，如何搭車出差、三餐飲食、問路、社交禮儀、假日休閒娛樂，本書的其他篇章都有詳細介紹，本篇專門介紹一位來到台商公司的新人，在多數是越南員工的團體裡如何應對進退，針對可能發生的問題作假想的情境對話，希望本書能助您順利快速的融入新的工作環境。

Đây là danh thiếp của tôi.

這是我的名片。

Tôi xin tự giới thiệu.

容我自我介紹一下。

Tôi rất có hứng thú đối với sản phẩm của công ty anh.

我對你們公司的產品很感興趣。

Khi nào rảnh đến công ty tôi nói chuyện, tôi dẫn anh đi tham quan trang thiết bị của chúng tôi.

有空來我們公司聊一聊，我帶你們參觀一下設備。

Xin lỗi đã để bạn đợi lâu.

抱歉讓你久等了。

Xin lỗi đã để anh chị chờ lâu.

抱歉讓你們久等了。

Hoan nghênh quý vị đến thăm công ty chúng tôi.

歡迎蒞臨本公司。

Dạo này buôn bán (làm ăn) có được không?

最近生意好嗎？

Dạo này có bận lắm không?

最近工作忙嗎？

Rất vui hai bên có cơ hội hợp tác với nhau.

很高興雙方有合作的機會。

Xin hỏi lúc nào sẽ nhận được câu trả lời ạ?

什麼時候可以給我答覆？

104

Tôi sẽ cố gắng trả lời sớm cho anh.
我會盡快回覆你。

Để tôi suy nghĩ thêm nhé.
讓我再考慮一下。

Tôi sẽ suy nghĩ kỹ về đề nghị của các anh.
我會仔細考慮你們的提議。

Anh có thể hẹn giờ với thư ký của tôi.
你可以先跟我的祕書預約時間。

Xin lỗi nhé, bây giờ ông ấy không tiếp điện thoại được.
抱歉,他現在無法接電話。

Anh ấy đi công tác rồi, hôm nay không đến cơ quan.
他出差了,今天不進公司。

Anh ấy đang tiếp khách.
他在接待客人。

Anh ấy đang họp.
他在開會。

Xin chờ một lát, anh ấy về ngay bây giờ.
請稍等,他馬上就會回來。

Tôi sẽ bảo anh ấy gọi điện thoại cho ông.
我請他晚一點再回電話給您。

Tôi đi ra ngoài có chút việc.
我有點事要外出。

Nếu có ai kiếm tôi thì bảo họ gọi di động cho tôi.
有人找我的話,請對方打手機。

Tôi có công chuyện, xin nghỉ làm hai hôm.
我有事情,要請兩天假。

Sếp kiếm em, em đi gặp sếp ngay bây giờ.
老闆找妳,要妳馬上過去。

Sáng mai phải họp, nhớ đến sớm một chút.
明天一早要開會,記得早點來。

Đưa sếp ký chưa?
拿給主管簽了嗎?

Xin giới thiệu với quý vị, đây là tổng giám đốc.
跟各位介紹,這是總經理。

Xin cho một tràng vỗ tay.
請掌聲鼓勵。

Anh ấy (cô ấy) hôm nay không có đến à?
他(她)今天怎麼沒來?

Hôm nay cô ấy xin nghỉ ốm.
今天她請病假。

Cô ấy đang nghỉ đẻ.
她請產假。

Cô ấy xin thôi việc rồi.
她辭職了。

Nó vừa bị đuổi việc.
他剛被開除。

Anh ấy vừa mới được lên chức.
他剛升官。

Hôm đó công ty có nghỉ làm không?
那一天公司有放假嗎？

Tôi đau đầu quá, không đi làm được.
我頭很痛，沒辦法來上班。

Hôm nay thức dậy trễ, xin lỗi đã đến muộn.
今天起床比較晚，抱歉來遲了。

Sao tháng này công ty chưa phát lương?
為什麼這個月公司還沒發薪水？

Gọi điện cho anh ấy, hỏi quyết định của anh ấy là như thế nào.
打電話問他，他的決定是什麼。

Anh ấy trả lời thế nào?
他怎麼回答你？

Vụ buôn bán này nhất định phải thành công.
這筆生意一定要談成。

Hôm nay nhất định phải có câu trả lời.
今天一定要得到答案。

Còn chưa chịu đi nữa, đứng đây làm gì?
還不快去，站在這裡做啥？

Cô hỏi anh ta định giải quyết việc này như thế nào?
妳去問他這件事打算怎麼處理。

Cả nhà ơi, cấp trên bắt buộc tụi mình hôm nay phải làm thêm giờ.
各位，上面的人要我們今天加班。

Ngày mai nhất định phải giao hàng.
明天一定要交貨。

Làm chưa xong thì không ai được về hết.
沒做完的話誰都不能走。

Em đặt cơm tối đi, mọi người ăn xong bắt tay vào làm.
你去訂一些菜當晚餐，大家吃完就開始動手吧。

Cố lên, với tốc độ như vậy thì làm không hết đâu.
加把勁，這樣的速度是做不完的。

Nếu không kịp thì kêu người đến giúp.
來不及的話，就多找些人來幫忙吧。

Bưng cái này qua bên kia.

把這個搬過去那邊。

Để đó được rồi.

放在那裡就好了。

Việc này giao cho anh giải quyết.

這件事就交給你處理。

Lần sau mấy chuyện này anh tự quyết định được rồi.

以後這種事由你決定就好了。

Sao không báo cáo chuyện này với tôi?

怎沒跟我報告這件事？

Chuyện này anh nên tìm tôi trước.

這種事你應該先來找我。

Kêu mọi người đến, chúng ta cùng thảo luận.

把所有人叫來，我們大家討論一下。

Kêu người đến sửa mau lên.

快叫人來修理。

Photo bản báo cáo này dùm tôi.

幫我影印這份報告。

Phát cho mỗi người một phần, xem xong rồi ký tên.

每個人都發一份，看完後在上面簽名。

Ai muốn đi thì giơ tay lên.

想去的人舉手。

Kêu bảo vệ vào giải quyết.

叫警衛過來處理。

Đưa đi bệnh viện nhanh lên.

快點送去醫院。

Anh đi với nó, có gì thì gọi điện về.

你陪他一起去，有狀況就打電話回來。

Dơ quá, quét dọn sạch sẽ đi.

這麼髒，清理一下環境吧。

Đừng vội, từ từ thôi.

別急，慢慢來。

Việc này không thể xảy ra sai lầm, hãy kiểm tra thêm một lần nữa.

這事可不能出錯，再檢查一遍吧。

常用語句　鼓勵與訓斥　🔘 109

Lần sau không được đến trẻ nữa.

下次別再遲到了。

Nếu anh còn đến trẻ thì tôi cho anh nghỉ việc đấy.

再遲到的話我就讓你滾蛋。

Tháng này anh biểu hiện rất tốt, tôi sẽ báo cáo với cấp trên.

你這個月的表現不錯，我會向上級反映。

Hãy cố gắng làm, sẽ có một ngày bạn sẽ trở thành người quản lý.

好好努力，有一天你會成為主管的。

Chúc mừng chị.

恭喜妳。

Nhanh lên, mọi người đang đợi anh kìa.

別慢吞吞的，大家都在等你呢。

Không lấy được đồ thì đừng có về.

沒拿到東西你就別回來了。

Mọi người phải cố lên, mau mau làm xong là được về nhà rồi.

大家加把勁，早點做完就可以回家了。

Cám ơn sự giúp đỡ của mọi người.
感謝大家的幫忙。

Trong khoảng thời gian này, mọi người vất vả quá.
這段時間大家辛苦了。

Niềm vinh dự này là thuộc về tất cả chúng ta.
這份榮耀屬於我們所有人。

Tôi đã nói bao nhiêu lần rồi, không được làm như vậy.
我說過多少次了，不可以這麼做！

常用語句 私下閒聊 110

Em làm việc ở đây bao lâu rồi?
妳在這裡工作多久了？

Em làm việc ở đây gần 4 năm rồi.
我在這裡工作快四年了。

Em làm ở phòng kế toán hay phòng nhân sự?
妳在會計室還是在人事室？

Lương của anh một tháng bao nhiêu?
你一個月薪水多少？

Công ty cho phép tôi ba tháng về Đài Loan một lần.
公司准許我三個月回台灣一次。

Mỗi lần được nghỉ 7 ngày.
每次放假七天。

Nhớ nhà lắm, nhưng đành phải chịu thôi.
很想家，但還是要忍耐啊。

Bây giờ bạn đang ở đâu?
現在你住哪邊？

Tôi ở ký túc xá.
我住宿舍。

111

情境一
新官上任

| **A** | **Chào cô. Tôi là Thắng, đến từ Đài Loan.**
妳好。我是勝,從台灣來的。

| **B** | **Chào anh. Đây là phòng làm việc của anh.**
你好,這是你的辦公室。

| **A** | **Văn phòng chúng ta có bao nhiêu người?**
我們的辦公室共有多少人?

| **B** | **Dạ 8 người. Họ đều rất trẻ, làm việc rất siêng năng.**
八個人。他們都很年輕,工作勤快。

| **A** | **10 phút nữa họp nhé. Tôi muốn làm quen tất cả mọi người.**
十分鐘後開會。我想認識一下大家。

情境一‧單字			
Đến từ	來自	Đài Loan	台灣
Phòng làm việc	辦公室	Văn phòng	辦公室
Chúng ta	我們	Bao nhiêu	多少
Người	人	Họp	開會
Làm quen	認識	Tất cả mọi người	大家

◉ 文法教室 ◉

❖ Chúng ta 和 Chúng tôi 都是「我們」的意思。但 Chúng tôi 是不包
括正在聽的人，Chúng ta 是包括在聽的人。

例句：**Đây là lý do tại sao công ty chúng tôi chọn thương hiệu này.**

這就是我們公司為什麼選擇這個品牌的理由。

Chúng ta cùng cố gắng.

我們一起加油。

（Photo by Paul Arps）

情境二
相互介紹

A Chị Hà, đây là anh Thắng, giám đốc của em.

河姐，這是我的經理，勝哥。

B Chào anh.

你好。

C Chào cô.

妳好。

A Chị em là biên tập viên đài VTV đấy.

我姐姐是越南國家電視臺主播喔。

C Ngưỡng mộ cô lâu lắm rồi, nay mới được gặp mặt.Hân hạnh quá.

久仰大名，現在才見到面。真是榮幸！

情境二・單字			
Giám đốc	經理	**Chị em**	我的姊姊
Biên tập viên	主播	**VTV**	越南國家電視臺
Ngưỡng mộ	仰慕	**Lâu lắm**	很久
Nay	現在	**Gặp mặt**	見面
Hân hạnh	榮幸		

◎ 文法教室 ◎

❖ **Của**：的

  Của anh：你的

  Của tôi ：我的

（ Photo by Rince Roy ）

各種職業			
Nhà văn	作家	Người quét dọn	清潔工
Đạo diễn	導演	Nông dân	農夫
Diễn viên	演員	Nhà tạo mẫu tóc	美髮師
Biên kịch	編劇	Chuyên viên sắc đẹp	美容師
Nhà sản xuất	製作人	Phụ nữ nội trợ	家庭主婦
Trợ lý	助理	Nhân viên phiên dịch	翻譯員
Kiến trúc sư	建築師	Phóng viên	記者
Kỹ sư	工程師	Người dẫn chương trình (MC)	主持人
Nhà thiết kế	設計師	Biên tập viên	主播
Kế toán	會計	Phát thanh viên	播音員
Thư ký	祕書	Luật sư	律師
Công nhân viên chức	公務員	Người đưa thư	郵差
Nhân viên hành chính	行政人員	Y tá	護士
Thợ làm bánh mì	麵包師傅	Bác sĩ	醫生
Đầu bếp	廚師	Họa sĩ	畫家
Thương gia	商人	Ca sĩ	歌手
Nhân viên bán hàng	店員	Giảng viên	講師
Nhân viên thu ngân	收銀員	Giáo sư	教授
Nhân viên tiếp tân	接待員	Vận động viên	運動員
Tài xế	司機	Cảnh sát	警察

情境三
同事閒聊

A Anh đến Việt Nam làm việc lâu chưa?

你來越南工作很久了嗎？

B Khoảng chừng nửa năm.

大約半年。

A Thế anh biết nghe tiếng Việt không?

那你會聽越南話嗎？

B Đơn giản thì biết, nhưng mà có nhiều câu thì như vịt nghe sấm, chẳng hiểu gì.

簡單的還可以，但很多語句都像鴨子聽雷，搞不太懂。

A Khổ nhỉ. Cũng may là cô thư ký của anh tiếng Hoa (tiếng Trung) giỏi đấy.

真辛苦。還好你的祕書中文很好。

B Hy vọng mau biết nói tiếng Việt, như vậy mới có thể nói chuyện với mọi người

真希望早點把越語學好，這樣才能跟大家好好溝通。

情境三・單字			
Lâu	久	Nửa năm	半年
Nghe	聽	Tiếng Việt	越南話
Vịt nghe sấm	鴨子聽雷	Hiểu	懂
Khổ	辛苦	Thư ký	祕書
Tiếng Hoa (Tiếng Trung)	中文	Giỏi	厲害

◉ 文法教室 ◉

❖ **Chẳng** 是「不」的意思，強調語氣。

　　例句：**Tôi chẳng thèm nói nữa.**　我不想再講了。

　　　　　Tôi chẳng muốn hỏi cô ấy chút nào.　我不想問她。

新部屬報到

| **A** | Cả nhà ơi, đây là lính mới nhé.
大家看過來，這是新來的哦。

| **B** | Chào các anh chị. Em là Lê.
大家好。我叫黎。

| **A** | Em yên tâm làm việc nhé, có gì không hiểu thì hỏi.
妳就放心地工作吧，有不懂的就問。

| **B** | Vâng ạ.
好的。

| **A** | Chiều anh mới dẫn em đi gặp sếp. Bây giờ anh đi gặp khách hàng đã.
下午我才帶妳去見主管。現在我先去跟客戶見面了。

| **B** | Vâng. Cám ơn anh.
好的。謝謝你。

| **A** | Không có chi.
不客氣。

情境四 · 單字			
Cả nhà	大家	Đây là	這是
Lính mới	新兵（指新來的）	Yên tâm	放心
Làm việc	工作	Không hiểu	不懂
Hỏi	問	Chiều	下午
Dẫn	帶	Bây giờ	現在
Gặp	見面	Khách hàng	客戶

◉ 文法教室 ◉

❖ **Đã** 是「已經」的意思，但是如果放在句尾就是「先」的意思。

例句：**Em nghe anh nói đã.**　你先聽我說。

Em đã coi phim này rồi.　我已經看過這部電影了。

❖ **Sép** 是指級別比較高的階級如「首領」、「首長」、「主管」等。

情境五
與屬下對話

| **A** | Em quen với công việc mới chưa?

習慣妳的新工作了嗎?

| **B** | Cũng quen rồi chị. Nhưng bận quá, ngày nào cũng phải làm thêm.

À, tháng sau công ty cử em đi công tác.

習慣了,可是好忙哦,每天都要加班。

啊,下個月公司要派我出差。

| **A** | Đi công tác ở đâu?

去哪裡出差?

| **B** | Đi Hà Tĩnh chị.

去河靜。

| **A** | Hà Tĩnh là nơi cách đây mấy tháng có xảy ra vụ sập giàn giáo đó phải không em?

河靜是在幾個月以前發生鷹架倒塌事件的那個地方對不對?

| **B** | Chị hay quá vậy? Chuyện này mà chị cũng biết?

妳怎麼那麼厲害?這件事妳也知道?

情境五・單字			
Quen	習慣	Công việc	工作
Bận	忙	Làm thêm	加班
Tháng sau	下個月	Công ty	公司
Cử	派	Đi công tác	出差
Ở đâu?	在哪裡？	Hà Tĩnh	河靜（地名）
Cách đây mấy tháng	幾個月以前	Xảy ra	發生
Sập giàn giáo	鷹架倒塌	Vụ	事件
Phải không?	對不對？	Hay quá	好厲害
Chuyện này	這件事		

（Photo by quangle）

附錄

辦理越南工作證所需資料

1. 無犯罪紀錄（良民證）
2. 在職證明五年經驗 或 大學文憑（擇一即可）
3. 健康檢查（於台灣的醫院檢查，需告知醫院是要申請國外工作證
   所需）
4. 護照公證本
5. 大頭照六張
   以上前四項資料皆須有公證認證

公證認證程序為

1. 法院公證或民間公證人
2. 外交部公證認證
3. 駐台北越南經濟文化辦事處認證

　　以上辦理越南工作證所需資料完備後，將資料寄到越南公司
則可開始辦理工作證程序。

　　辦理完工作證後，越南的公司需去胡志明市的出入境管理局
申請商務簽證的申請書。越南公司拿到商務簽證的申請書後，由
工作證申請人拿著「商務簽證的申請書」（副本即可）才可以到
「駐台北越南經濟文化辦事處」辦理到越南工作的簽證。

家庭拜訪與結婚篇
Visit &
Blind date

越南至今還保持著大家庭的生活方式，親戚關係緊密。一個外國人到當地家庭作客，也會見到這個家庭的旁系親屬如阿姨、舅舅、表妹……。家族的中心大都為父母居住的地方，或是長兄或長姊或是經濟環境較好的那一方。

越南人的家族凝聚力很強，外國人到越南家庭拜訪時，常會看見大家族成員席地而坐，除了直系親屬外，舅舅阿姨表姊表弟也多半在場。也因為大部分家庭房屋面積都不大，所以很少買沙發桌椅，吃飯時飯菜擺了一地，家人圍成一圈邊吃邊聊，別有一番風味。

如同我在第三章提到的「越南沒有星期一」，越南人常以「二」來代表第一個，因此他們沒有「大哥」一詞，他們所說的「二哥」就是指「大哥」。那麼你會問家裡的兄弟排行怎麼稱呼？排行老大就會以「全哥」稱呼。

（Photo by viticubao）

Xin hỏi cô Lan có ở nhà không?
請問蘭小姐在家嗎？

Nó đi làm chưa về.
她去上班還沒回來。

Lan đang đợi con đấy, vào đi.
蘭在等你哦，進來吧。

Khi nào rảnh tới nhà mình chơi nhé.
有空的時候來我家玩哦。

Lâu quá không gặp nhau rồi.
好久沒見面了。

Gặp cậu vui quá.
見到你好開心哦。

Trông bạn khỏe lắm.
你的氣色看來不錯。

Tìm nhà có khó không?
我家難不難找？

Bố mẹ em đi vắng hết rồi.
我爸媽都不在家。

Con em học lớp mấy rồi?
你的小孩唸幾年級了？

Tôi là con một.
我是獨子。

Cứ tự nhiên nhé.
別拘束。

Anh uống gì không?
你要喝什麼嗎？

118

Cà phê, trà hay nước cam?
咖啡？茶？還是柳橙汁？

Cho anh cốc nước được rồi.
我喝白開水就好了。

Đói bụng chưa?
肚子餓了嗎？

Ăn uống gì chưa?
吃過飯了嗎？

Ăn nhiều một chút.
多吃一點。

Múc thêm cơm nhé?
要不要再盛一點飯？

Ăn trái cây đi anh.
吃水果吧。

Bác nấu ngon quá.
伯母煮的菜真的很好吃。

Xem ảnh của gia đình mình nè.
來看一下我們家人的照片。

Gia đình bạn đông người nhỉ.
你家好多人哦。

Lấy vợ lấy chồng hết chưa?
都結婚了嗎？

Em gái mình chưa lấy chồng.
我妹還沒結婚。

Anh trai mình ly dị rồi.
我哥離婚了。

Chồng của chị mình là người Đài Loan .
我姊姊的老公（姊夫）是台灣人。

Họ cưới nhau gần hai chục năm rồi.
他們結婚快 20 年了。

Mình ra ban công hút thuốc.
我們去陽臺抽煙。

Tối nay ngủ lại đây nhé.
今晚就在這裡過夜吧。

Cám ơn bạn mời tôi đến chơi.
謝謝你邀請我來玩。

Hôm nay vui quá.
今天很開心。

Khuya rồi, em phải về đây.
很晚了，我要回去了。

Về sớm vậy? Ngồi chơi chút nữa đi.
那麼早回去？再坐一會兒啦。

Anh kêu taxi cho em.
我幫你叫計程車。

Lần sau rảnh tới chơi nữa nha.
下次有空再來玩喔。

Hai bác khỏe không?
你爸媽好嗎？

Cho mình gởi lời thăm ba mẹ bạn nhé.
請代我問候你爸媽。

Nhớ giữ gìn sức khỏe.
請多保重。

Giữ liên lạc nhé.
保持聯絡。

長輩的稱呼			
Ba; Bố	父親	**Má; Mẹ**	母親
Ông nội	爺爺	**Bà nội**	奶奶
Ông ngoại	外公	**Bà ngoại**	外婆
Ba vợ	岳父	**Mẹ vợ**	岳母
Ba chồng	公公	**Mẹ chồng**	婆婆
Bác	伯父、伯母	**Chú**	叔叔
Cậu	舅舅	**Cô**	姑姑
Dì	阿姨	**Thím**	嬸嬸

常見問答 121

問：**Ba Mẹ khỏe không?**
爸媽好嗎？

答：**Ba mẹ em đều khỏe, cám ơn chị.**
我爸媽都很好，謝謝妳。

問：**Bạn có anh chị em không?**
你有兄弟姊妹嗎？

答：**Mình có một anh trai, một chị gái.**
我有一個哥哥，一個姊姊。

Mình có hai đứa em gái.
我有二個妹妹。

Mình là con một.
我是獨子（獨生女）。

問：**Gia đình chị có mấy người?**
你們家有幾個小孩？

答：**Gia đình tôi có 5 anh chị em. Tôi là con út.**
我們家有五個兄弟姊妹。我是老么。

Gia đình tôi có 5 anh chị em. Tôi là con cả.
我們家有五個兄弟姊妹。我是老大。

問：**Chị của bạn có chồng chưa?**
你的姊姊結婚了嗎？

答：**Chưa. Chị mình chưa có chồng.**
還沒。我姊還沒結婚。

Chị mình lấy chồng rồi.
我姊結婚了。

122

問 ： **Anh có mấy đứa rồi?**
你有幾個小孩了？

Anh có con không?
你有小孩嗎？

答 ： **Tôi có hai đứa, một trai một gái.**
我有二個，一男一女。

問 ： **Chồng em làm gì?**
你先生是做什麼的？

答 ： **Anh ấy là giáo viên cấp 1 (tiểu học).**
他是國小老師。

問 ： **Bạn quê ở đâu?**
你的家鄉在哪裡？

答 ： **Tôi quê ở Bình Dương.**
我的家鄉在平陽。

問 ： **Anh bao nhiêu tuổi rồi?**
你幾歲了？

答 ： **Tôi 35 tuổi.**
我 35 歲。

123

平輩、晚輩的稱呼	
Anh	哥哥
Chị	姊姊
Em	弟弟、妹妹
Chồng	丈夫
Ông xã	老公
Vợ	妻子
Bà xã	老婆
Con trai	兒子
Con gái	女兒
Cháu trai	孫子
Cháu gái	孫女
Anh bà con	表（堂）哥
Chị bà con	表（堂）姊
Cháu	姪子；侄女
Chị dâu	嫂子
Anh rể	姊夫
Em chồng	小姑

 124

情境一
登門拜訪

A	Chào bác.
	伯母您好。
B	Chào con. Vào nhà đi con.
	你好。進來吧。
A	Bác khỏe không ạ?
	伯母好嗎?
B	Khỏe. Con ngồi chơi, bác đi ra sau kêu Huệ, nó đang lặt rau cho bác.
	很好。你坐一下,我去後面叫惠,她在幫我洗菜。
A	Dạ, con cám ơn bác ạ.
	好的。謝謝伯母。

情境一・單字			
Vào nhà	進來家裡	**Con**	你 （泛指對小孩的稱呼）
Bác	伯母	**Khỏe không?**	身體好嗎？
Ngồi	坐	**Ra sau** **Đi ra đằng sau**	去後面
Kêu	叫	**Cám ơn**	謝謝

◎ 文法教室 ◎

❖ **Bác** 是伯父或伯母的意思。可以在 **Bác** 的後面加 **trai** 或 **gái** 表示「伯父」（**Bác trai**）或「伯母」（**Bác gái**）。

❖ **Con** 是「小孩」的意思。對長輩的自稱，或長輩稱呼晚輩時使用。

（Photo by Davidlohr Bueso）

情境二

見對方父母

| **A** | Đây là bố mẹ em. Bố, mẹ, đây là bạn của con.

這是我的父母親。爸爸媽媽，這是我的朋友。

| **B** | Cháu chào hai bác. Cháu có chút quà tặng hai bác ạ.

伯父伯母好。一點禮物送給您們。

| **C** | Đến chơi là được rồi, mua quà làm gì cho tốn tiền.

來玩就好了，幹嘛買禮物浪費錢。

| **B** | Chỉ là một chút quà nhỏ, của ít lòng nhiều ạ.

只是小小禮物，這是我的心意。

| **C** | Cháu uống trà đi.

你喝茶吧。

| **B** | Vâng. Muộn rồi, cho phép cháu về ạ.

好的。很晚了，伯父，我回去了。

| **C** | Lần sau rảnh tới chơi cháu nhé.

下次有空再來玩哦。

情境二 · 單字			
Quà	禮物	Tặng	送
Mua	買	Tốn tiền	花錢
		Lãng phí	浪費錢
Uống trà	喝茶	Vâng	好的
Cho phép	准許	Về	回去
Lần sau	下次	Rảnh	有空

（Photo by phminiat）

| **A** | Anh đang làm gì?
你在做什麼工作？

| **B** | Cháu đang làm đầu bếp ở một nhà hàng ăn uống.
我在一家餐廳當廚師。

| **A** | Lương có khá không?
薪水還不錯嗎？

| **B** | Cũng tạm được ạ.
還不錯。

| **A** | Bố mẹ anh bao nhiêu tuổi rồi? Có ở chung với anh không?
你爸媽幾歲了？有跟你一起住嗎？

| **B** | Ba mẹ cháu đều 65 tuổi rồi. Ở với anh trai của cháu.
我爸媽都 65 歲了。他們跟我哥住。

| **A** | Anh trai anh chưa lấy vợ à? Nhà anh có mấy anh chị em?
你哥還沒娶老婆啊？你家有幾個兄弟姊妹？

B   Anh của cháu có vợ hai con rồi, một trai một gái.
我的哥哥娶老婆了，有二個小孩，一男一女。

　　Cháu có một người anh, một người chị và một đứa em gái.
我有一個哥哥，一個姊姊以及一個妹妹。

情境三・單字			
Đầu bếp	廚師	Lương	薪水
Khá	不錯	Tạm được	還不錯
Bố mẹ	爸媽	Tuổi	歲
Ở chung	住在一起	Anh trai	哥哥
Chưa	還沒	Lấy vợ	娶老婆
Anh chị em	兄弟姊妹		

● 文法教室 ●

1. 詢問婚姻狀況：

❖ 你（妳）結婚了嗎？　　Anh（chị）kết hôn chưa?

　你（妳）有家庭了嗎？　　Anh（chị）có gia đình chưa?

　你（妳）成家了嗎？　　Anh（chị）lập gia đình chưa?

　你（妳）建立家庭了嗎？　Anh（chị）xây dựng gia đình chưa?

❖ 我已經結婚了。　　　　Tôi kết hôn rồi.

　我有家庭了。　　　　　Tôi có gia đình rồi.

　我成家了。　　　　　　Tôi lập gia đình rồi.

　我已建立家庭了。　　　Tôi xây dựng gia đình rồi.

❖ 我還沒結婚。　　　　　Tôi chưa kết hôn.

我還沒有自己的家庭。　Tôi chưa có gia đình.

我還沒成家。　　　　　Tôi chưa lập gia đình.

我還沒建立家庭。　　　Tôi chưa xây dựng gia đình.

❖ 我還單身。　　　　　　Tôi vẫn còn độc thân.

2. 對方是男性：

問：你有老婆了嗎？／你娶老婆了嗎？

Anh có vợ chưa / Anh lấy vợ chưa?

答：有。我有老婆了。／我娶老婆了。

Rồi. Tôi có vợ rồi / Tôi lấy vợ rồi.

答：還沒。我還沒有老婆。／我還沒娶老婆。

Chưa. Tôi chưa có vợ / Tôi chưa lấy vợ.

3. 對方是女性：

問：妳有老公了嗎？／妳結婚了嗎？

Chị có chồng chưa? / Chị lấy chồng chưa?

答：我有老公了。／我結婚了。

Tôi có chồng rồi. / Tôi lấy chồng rồi.

答：我還沒結婚。／我還沒嫁人。

Tôi chưa có chồng. / Tôi chưa lấy chồng.

情境四
用餐

| **A** Anh ở lại ăn cơm nhé.
你就留下來吃飯吧。

| **B** Có làm phiền em quá không?
會不會太麻煩妳了？

| **A** Có gì đâu. Anh ăn cho no nhé, đừng khách sáo.
不會啦。吃飽一點，別客氣。

| **B** Em nấu ăn ngon quá.
妳煮的菜好好吃喲。

| **A** Thế thì phải ăn nhiều vào.
那就多吃一點。

| **B** Anh ăn no rồi.
我吃飽了。

情境四 · 單字			
Ở lại	留下來	Ăn cơm	吃飯
Làm phiền	麻煩	No	飽
Đừng khách sáo	不要客氣	Nấu ăn	煮菜
Ngon	好吃		

情境五
參觀房子

| **A** Nhà của cậu đẹp quá. Có mấy phòng?
你的房子好漂亮哦。有幾個房間？

| **B** Ba phòng ngủ, một phòng khách, hai phòng vệ sinh.
三間臥房、一廳、二衛。

| **A** Trang hoàng quá đẹp. Chắc tốn nhiều tiền lắm nhỉ?
裝潢太漂亮了。一定花很多錢吧？

| **B** Cũng khá nhiều đấy. Cậu thấy bộ ghế salon đẹp không?
還滿多的。你覺得這套沙發漂亮嗎？

| **A** Đẹp, ước gì tớ cũng được như cậu.
漂亮。真希望我也能跟你一樣。

情境五・單字			
Nhà	房子	**Phòng**	房間
Phòng ngủ	臥房	**Phòng khách**	客廳
Phòng vệ sinh	廁所	**Trang hoàng**	裝潢
Nhiều tiền	很多錢	**Khá nhiều**	滿多的
Ghế salon	沙發椅		

常用語句 男女交往 129

Tôi chưa yêu lần nào.

我沒有談過戀愛。

Tính tôi rụt rè, ít nói.

我的個性羞怯，話很少。

Gặp em anh hồi hộp quá, nói không ra lời.

見到妳我好緊張，快說不出話來。

Em đẹp quá.

妳好漂亮。

Hôm nay em đẹp quá.

今天妳看起來好美。

Chiếc áo này rất hợp với em.

這件衣服很適合妳。

Em cười đẹp lắm.

妳笑起來很好看。

Mình đi dạo nhé, anh muốn hiểu thêm về em.

我們走一走好嗎？我想多瞭解妳一些。

Anh bị cuốn hút bởi đôi mắt và nụ cười của em.

我被妳的雙眼及妳的笑容吸引。

Anh không muốn rời xa em.

我不想離開妳。

Ngày mai anh có được gặp em không?

明天我還能見到妳嗎？

Anh rất muốn được gặp em, em ra cho anh gặp chút nhé?

我好想見妳，妳可以出來一下嗎？

Anh hứa với em Tết này anh sẽ đến thăm em.

我答應過年會去看妳。

Đừng e thẹn.

不要害羞。

Ôm (hôn) anh đi.

抱（親）我一下吧。

Tôi không có ý làm như vậy.

我不是有意這麼做的。

Xin lỗi, tôi không kìm lòng được.

抱歉，我情不自禁。

Cô yêu tôi hay yêu tiền?

妳愛我還是愛錢？

Anh yêu em.

我愛妳。

Không có em anh không sống nổi, em gả cho anh nhé.

沒有妳我活不下去，嫁給我吧。

Em đợi anh, anh sẽ về sớm nhất có thể để cưới em.

妳等我，我會盡快回來娶妳。

Anh có công việc ổn định.

我有穩定的工作。

Anh có khả năng chăm sóc em.

我有能力照顧妳。

Em đồng ý gả cho anh không?

妳願意嫁給我嗎？

Em có chịu về Đài Loan với anh không?

妳願意跟我回台灣嗎？

Anh không giàu có, nhưng anh nhất định sẽ đối xử tốt với em.

我不是很富有，但我一定會好好待妳。

Em không thể tìm thấy được một người đàn ông tốt như anh.

妳找不到比我更好的男人了。

Đừng kén chọn quá, coi chừng ế chồng đó.

不要太挑剔，小心嫁不出去啦。

Tôi thích cô ấy.

我喜歡她。

Cô ấy rất đẹp.

她很漂亮。

Cô ấy siêng năng, cần cù.

她很勤奮。

Em ấy hiền lành, dễ thương.

她很善良，可愛。

Tôi yêu cô ấy ngay từ khi mới gặp.

見到她時我馬上就愛上她了。

Tôi thích sự dịu dàng của cô ấy.

我喜歡她的溫柔。

Hai chúng tôi rất hợp nhau.

我們兩個很合得來。

Anh ấy rất đẹp trai.

他很帥。

Anh ấy nói chuyện hài hước lắm.

他講話很幽默。

132

Anh ta là một người rất thật thà.
他這個人很老實。

Anh ấy rất chu đáo.
他很體貼。

Cả nhà tôi đều thích anh ấy.
我們全家都喜歡他。

Tôi thương anh ấy cảnh gà trống nuôi con.
我愛他，一個離婚的男人還要帶小孩。

Ông ta giàu mà keo kiệt lắm.
他很有錢但是很小氣。

男女間的關係	
男朋友	**Bạn trai**
女朋友	**Bạn gái**
未婚夫	**Chồng chưa cưới**
未婚妻	**Vợ chưa cưới**
情侶	**Bồ bịch**
戀人	**Người yêu**
朋友	**Bạn bè**

情境六
男女初識

| **A** **Chào cô.**
妳好。

| **B** **Chào anh.**
你好。

| **A** **Cô đẹp hơn trong ảnh nhiều lắm.**
妳比照片漂亮很多。

| **B** **Cám ơn anh.**
謝謝你。

| **A** **Đây là lần đầu tiên tôi đến Việt Nam, cô có thể làm hướng dẫn viên du lịch cho tôi không?**
這是我第一次來越南，妳可以當我的導遊嗎？

| **B** **Tôi rất sẵn lòng.**
我很樂意。

A Vậy thì cám ơn cô trước . Kêu đồ uống nhé, cô uống gì?

那麼先謝謝妳。叫飲料喝吧，妳要喝什麼？

B Tôi uống sô đa chanh.

我喝蘇打檸檬。

A Có chút lạnh, cô mặc áo khoát của tôi đi, kẻo bị cảm.

有點冷，妳穿我的外套吧，免得感冒了。

B Vâng, cám ơn anh.

好的。謝謝你。

情境六 · 單字	
Đây là	這是
Hướng dẫn viên du lịch	導遊
Kêu	叫
Sô đa chanh	蘇打檸檬
Mặc	穿
Kẻo	免得
Lần đầu tiên	第一次
Sẵn lòng	樂意
Đồ uống	飲料
Lạnh	冷
Áo khoát	外套

情境七
託人提親

| **A** **Anh có thích cô ấy không?**

你喜歡她嗎？

| **B** **Cô ấy rất dễ thương, nhưng còn trẻ quá.**

Không biết cô ấy có chịu gả chồng xa không?

她很可愛，但是太年輕了。

不知道她願不願意嫁那麼遠？

| **A** **Nếu anh đồng ý thì tôi nói với gia đình cô ấy,**

hẹn một ngày tôi dẫn anh đến thăm cha mẹ cô ấy.

如果你同意我去跟她的家人講，

約一天我帶你去見她爸媽。

| **B** **Tôi sợ cô ấy không yêu tôi.**

我怕她不愛我。

A Anh đối xử tốt với cô ấy, yêu thương cô ấy, lo cho gia đình cô ấy thì cô ấy sẽ hết lòng vì anh.

你對她好，疼愛她，照顧她的家人，她就會全心全意對你。

情境七・單字	
Dễ thương	可愛
Gả chồng	嫁人
Gia đình	家庭
Một ngày	一天
Yêu	愛
Yêu thương	疼愛
Vì	為了
Trẻ	年輕
Đồng ý	同意
Hẹn	約
Đến thăm	去拜訪
Đối xử	對待
Hết lòng	盡心盡力

娶越南老婆的全部流程

A：挑選合法信譽良好的婚姻仲介公司。

B：到越南和女孩子見面。建議至少請一個星期的假，這樣才有時間瞭解越南的生活習慣和文化，也可以與女方做初步的認識。

C：面談、結婚、簽證

1. 越南面談：駐越南台北經濟文化辦事處
2. 越南外務廳蓋章：國家公證室認證翻譯越文
3. 體檢（男女雙方）：指定醫院
4. 結婚登記申請：新娘戶籍地司法廳（約兩個月）
5. 新娘護照申請：省市出入境管理局
6. 結婚簽字：新娘戶籍地簽領結婚證書
7. 越南司法廳：結婚證書驗證蓋章
8. 越南國家公證室：結婚證書翻譯中文公證四份
9. 結婚證書認證：駐越南台北經濟文化辦事處認證四份取回三份
10. 台灣結婚登記：結婚證書正本及認證翻譯本兩份回台辦理結婚登記
11. 申請戶籍謄本：戶籍謄本四份寄回越南（須有新娘入籍登記）
12. 新娘入境前體檢（HIV 愛滋病檢查）：胡志明市大水護醫院
13. 申請新娘入台簽證：駐越南台北經濟文化辦事處
14. 新娘入境台灣

醫療篇

Medical

越南屬熱帶季風氣候，終年高溫，這樣的天氣使食物很容易腐敗，滋生細菌。在我五年的越南演員生涯中，腸胃疾病和眼睛感染時常困擾著我。我在越南拍的每一部戲劇，「醫院」一定是不可或缺的場景，可見「醫療」是多麼地與人們的生活息息相關。

2008 年 8 月時拍戲時，我吃下了兩顆助理送的糖霜梅子便立即昏迷，醫生判斷是食物中毒。光是打了幾針和一罐點滴就花了將近三百美元的醫藥費，這是當地人兩個月的薪水，事後回台灣我拿越南醫院的收據想去申請健保給付，居然沒有通過，事隔八年了，我已經忘記拒絕給付的詳細原因了，好像是醫院的單據是越南文的關係。

越南普遍實施兩價制，醫療收費亦然，外國人一般收費是當地人的兩倍以上。昂貴的醫藥費還只是小事，更麻煩的是你人生地不熟，萬一遇上緊急狀況需要就醫，那就只能期待別人熱心協助，或者，你也可以把本章的內容好好練習一下，相信一定很有幫助。

（Photo by Kenznguyen）

Giúp tôi với.

請幫幫我。

Xin hỏi bệnh viện ở đâu?

請問哪邊有醫院？

Gọi xe cấp cứu cho tôi với.

請幫我叫救護車。

Xin chở tôi đi bệnh viện.

請載我去醫院。

Tôi cần gặp bác sĩ.

我需要醫生。

Có người bị thương.

有人受傷了。

Bạn tôi bị ngất xỉu.

我的朋友昏倒了。

Anh ấy tự nhiên bất thình lình ngất xỉu.

他突然倒下了。

Tôi thấy khó chịu trong người.
我覺得身體不舒服。

Tôi không được khỏe.
我覺得不舒服。

Tự nhiên thấy chóng mặt.
突然覺得頭暈。

Tôi thấy trong người mệt mỏi.
我覺得很累。

Tôi bị đau bao tử.
我胃痛。

Tôi bị đau đầu.
我頭痛。

Tôi bị đau răng.
我牙齒痛。

Tôi đau bụng quá.
我肚子很痛。

Toàn thân bị ngứa.
全身都很癢。

Tôi lạnh đến run cả người.
我冷得發抖。

Hình như tôi bị sốt.
我好像發燒了。

Tôi đang bị sốt.
我在發燒。

Tôi bị khó thở.
我呼吸困難。

Tôi bất cẩn nên bị té.
我不小心跌倒了。

Tôi bị gẫy chân.
我的腳骨折了。

Dạo này sức khỏe của tôi kém lắm.
最近我身體很差。

Cả tuần nay tôi bị mất ngủ.
我失眠一整個禮拜了。

Dạo này thấy ăn uống không được ngon miệng.
覺得最近都沒胃口。

Tôi ói liên tục.
我一直吐。

Tôi đã ói mửa mấy lần.
我嘔吐了好幾次。

Tôi bị bệnh tim.
我有心臟病。

Tôi bị cao huyết áp.
我有高血壓。

Tôi bị bệnh tiểu đường.
我有糖尿病。

Tôi đang có thai.
我有孕在身。

Tôi dị ứng với một số thuốc.
我對一些藥物有過敏反應。

Đây là căn bệnh cũ, uống biết bao nhiêu thuốc cũng không lành.

這是很多年的老毛病，吃了一堆藥都沒什麼用。

Con tôi bị hen suyễn.

我的孩子有氣喘。

Con tôi cứ bị tiêu chảy hoài, phải làm sao đây?

我的小孩一直拉肚子，怎麼辦啊？

Không biết tại sao mà con tôi cứ khóc hoài.

我的孩子不知為什麼哭個不停。

人體各部位的稱呼	
Đầu	頭
Tóc	頭髮
Trán	額頭
Mắt	眼睛
Tai	耳朵
Mũi	鼻子
Miệng	嘴巴
Môi	嘴唇
Răng	牙齒
Lưỡi	舌頭
Cằm	下巴
Cổ	脖子
Họng	喉嚨

Vai	肩膀
Nách	腋窩
Ngực	胸部
Tay	手
Ngón tay	手指
Khuỷa tay	手肘
Bụng	肚子
Rốn	肚臍
Đùi	腿
Đầu gối	膝蓋
Chân	腳
Ngón chân	腳趾

 139

常見疾病	
Cảm	感冒
Đau đầu	頭痛
Đau nửa đầu	偏頭痛
Chóng mặt	頭暈
Đau bụng	肚子痛
Tiêu chảy	拉肚子
Táo bón	便祕

Đau răng	牙齒痛
Chảy nước mũi	流鼻水
Sốt	發燒
Buồn nôn	嘔吐
Ho	咳嗽
Mất ngủ	失眠
Đau bao tử	胃痛
Dị ứng	過敏
Dị ứng da	皮膚過敏
Viêm họng	喉嚨發炎
Viêm mũi	鼻炎
Viêm khớp	關節炎
Ngộ độc thực phẩm	食物中毒
Gãy xương	骨折
Đẻ non	早產
Sảy thai	流產
Vỡ nước ối	破羊水
Bệnh trầm cảm	憂鬱症
Ung thư	癌症
Say máy bay	暈機
Say tàu	暈船
Say xe	暈車

常用語句 140

Tôi đăng ký khám cấp cứu.
我要掛急診。

Bệnh tình có nghiêm trọng lắm không?
病情嚴重嗎？

Tôi có cần phải nhập viện không?
我需要住院嗎？

Phải nằm viện bao lâu?
要住院多久？

Phải mất bao lâu mới hồi phục?
要多久才會恢復？

Phải bó bột bao lâu?
要打石膏多久？

Có kiêng ăn gì không?
飲食有什麼禁忌嗎？

Cô ấy bị cảm nặng.
她得了重感冒。

Đo thân nhiệt.
量一下體溫。

Làm ơn đo huyết áp dùm.
請幫忙量一下血壓。

Hạ sốt rồi.
退燒了。

Tôi có bầu rồi.
我懷孕了。（告訴親友妳懷孕）

Mai tôi phải vào viện mổ. 　明天我要住院開刀。

Anh phải thử máu, thử nước tiểu. 　你要去驗血驗尿。

Tôi thấy đỡ nhiều rồi. 　我好多了。

Xin cho tôi thuốc giảm đau. 　請給我一些止痛藥。

Bây giờ đỡ đau rồi. 　現在比較不痛了。

Tôi cần phiếu chuẩn đoán bệnh của bác sĩ. 　我需要診斷書。

Uống thuốc trước khi ăn cơm. 　飯前吃藥。

桃子小叮嚀

　　在越南演藝圈發展的五年期間，我曾有幾次在當地就醫的經驗，大都是眼睛感染和食物中毒之類的，因為事先沒有申請健保國外就醫補助的基本觀念，以致都得自己買單。

　　如大家在越南發生不可預期的緊急傷病或生育等情形，必須在當地醫療院所立即就醫時，可檢具下列書據，申請核退醫療費用，核退標準則依全民健康保險給付規定核實支付（請向投保單位所屬轄區的分區業務組申請）。

　　記得一定要跟越南醫院索取診斷書或證明文件。回國申請醫療費用時必須備妥以下文件：
(1) 全民健康保險自墊醫療費用核退申請書。
(2) 醫療費用收據正本及費用明細，如為中、英文以外之文件時，應檢附中文翻譯。
(3) 診斷書或證明文件，如為中、英文以外之文件時，應檢附中文翻譯（住院案件者：另檢附出院病歷摘要）。
(4) 當次出入境證明文件影本或服務機關出具之證明。

情境對話

141

情境一
託人買藥

A	**Tự nhiên thấy trong người khó chịu quá.**
	突然覺得人很不舒服。
B	**Khó chịu ở đâu? Có cần đi khám bác sĩ không?**
	哪裡不舒服？要去看醫生嗎？
A	**Tôi không đi bệnh viện đâu.**
	我不要去醫院啦。
B	**Vậy làm sao bây giờ?**
	那現在怎麼辦？
A	**Anh chạy ra tiệm thuốc tây mua thuốc đau đầu dùm tôi với.**
	你去藥局幫我買頭痛藥好不好？
B	**Anh nói triệu chứng cho tôi biết đi.**
	説你的症狀給我聽吧。

A Tôi thấy ớn lạnh, đau đầu, toàn thân đau nhức, chảy nước mũi.

我覺得冷、頭痛、全身酸痛、流鼻水。

B Anh bị cảm rồi đó.

你感冒了。

情境一・單字			
Cảm thấy	覺得	**Khó chịu trong người**	人不舒服
Đi khám bác sĩ	去看醫生	**Bệnh viện**	醫院
Làm sao?	怎麼辦？	**Bây giờ**	現在
Tiệm thuốc tây	藥局	**Mua**	買
Thuốc đau đầu	頭痛藥	**Triệu chứng**	症狀
Ớn lạnh	畏寒	**Đau nhức**	酸痛
Chảy nước mũi	流鼻水	**Cảm**	感冒

 142

常見醫療用語	
Bác sĩ	醫生
Y tá	護士
Bệnh nhân	病人
Bệnh viện	醫院
Chẩn đoán	診斷
Khám bệnh	看病
Đăng ký khám bệnh	掛號

Phòng khám	診所
Phòng cấp cứu	急診室
Tiêm thuốc	打針
Truyền nước biển **Truyền serum**	打點滴
Chụp X-quang	照 **X** 光
Siêu âm	超音波
Thuốc	藥
Phẫu thuật	手術
Nhập viện	入院
Xuất viện	出院
Tái khám	回診
Hiệu thuốc	藥局
Thuốc tây	西藥
Thuốc bắc	中藥
Nội khoa	內科
Ngoại khoa	外科
Nha khoa	牙科
Nhãn khoa	眼科
Nhi khoa	小兒科
Khoa phụ sản	婦產科

143

情境二
醫生看診

| **A** | Chào bác sĩ. Tôi bị đau họng, nuốt nước miếng cũng đau.
医生您好！我喉嚨痛，吞口水也痛。

| **B** | Cô đau bao lâu rồi? Có sốt không?
妳痛多久了？有發燒嗎？

| **A** | Tôi đau cả hai ngày nay rồi, có sốt, ho, đôi khi cảm thấy buồn nôn.
我痛整整兩天了。有發燒，咳嗽，有時候會想吐。

| **B** | Cô há miệng ra. Cô bị viêm họng.

Cô lấy thuốc về uống, một ngày uống ba lần, uống sau khi ăn.

Ba ngày sau đến tái khám.
妳把嘴巴張開。妳喉嚨發炎。
妳拿藥回去吃，一天吃三次，飯後吃。
三天後回診。

| **A** | Xin hỏi tôi phải chú ý những gì ạ?
請問我要注意哪些？

B Không nên ăn những đồ chiên hoặc nướng, không uống rượu và đồ uống chứa cafein.

Tốt nhất là uống nhiều nước, ăn các loại thức ăn mềm.

不應該吃炸的或烤的。不要喝酒以及含有咖啡因的飲料。

最好是多喝水，吃軟的食物。

A Vâng, cám ơn bác sĩ.

好的。謝謝醫生。

● 文法教室 ●

❖ **Bị** 是動詞，用在句子中表示不好或對自己不利的事物。

例如：**Tôi bị mất hộ chiếu rồi.** 我的護照不見了。

Tôi bị ngộ độc thực phẩm. 我食物中毒。

144		情境二 · 單字	
Bác sĩ	醫生	Đau họng	喉嚨痛
Nuốt	吞	Nước miếng	口水
Bao lâu	多久	Sốt	發燒
Đôi khi	有時候	Buồn nôn	嘔吐
Há miệng ra	嘴巴張開	Thuốc	藥
Uống	喝	lần	次數
Tái khám	回診	Chú ý	注意
Đồ chiên	油炸食物	Nướng	烤
Đồ uống	飲料	Tốt nhất	最好
Viêm họng	喉嚨發炎	Các loại	各種

情境三
詢問醫院

| **A** | Tôi nghe nói người nước ngoài đi bệnh viện khám bệnh mắc lắm, phải không chị?

我聽說外國人去醫院看病很貴，對不對？

| **B** | Mắc thì mắc, có bệnh thì phải chữa chứ.

貴就貴啊，有病就要醫啊。

| **A** | Chị có biết bệnh viện nào tốt không?

妳知道有哪家醫院比較好嗎？

| **B** | Có nhiều người nước ngoài đều chọn bệnh viện Pháp Việt tại thành phố Hồ Chí Minh để khám chữa bệnh.

Bệnh viện này có cung cấp phiên dịch viên tiếng Hoa, Nhật, Hàn Quốc, Nga v.v...

有很多外國人都選擇去胡志明市的法越醫院看病。

這家醫院有提供中文、日文、韓文、俄文等翻譯服務。

| **A** | Nếu vợ tôi sinh con thì nên đi bệnh viện nào?

如果我太太生小孩要去哪家醫院？

B Anh có thể dẫn vợ anh đến bệnh viện Hạnh Phúc, đây là bệnh viện chuyên phục vụ bà mẹ và trẻ em.

Có rất nhiều sao Việt đến đây sinh con đó.

你可以帶你太太去幸福醫院，這家醫院專門照顧媽媽與小孩。

有很多越南藝人都來這裡生小孩。

146		情境三・單字	
Nghe nói	聽說	Người nước ngoài	外國人
Đi khám bệnh	去看病	Mắc lắm	很貴
Phải không?	對不對？	Nào	哪
Tốt	好	Chọn	選擇
Chữa	治療	Cung cấp	提供
Phiên dịch	翻譯	Tiếng Hoa	中文
Nhật	日本	Hàn Quốc	韓國
Nga	俄國		

● 文法教室 ●

❖ 說某種語言時：Tiếng（語言）＋國名

例如：**Tiếng Đài**：台語

　　　Tiếng Pháp：法語

　　　Tiếng Anh：英文

　　　Tiếng Việt：越文

　　　Tiếng Tây Ban Nha：西班牙語

　　　Tiếng Đức：德語

　　　Tiếng Khách Gia (Hẹ)：客家話

147

情境四
牙痛

A Anh sao thế? Sao không ăn uống gì cả?

怎麼了？為什麼都不吃不喝東西呢？

B Tôi đau răng.

我牙齒痛。

A Đối diện công ty mình có phòng nha khoa, đi khám đi.

我們公司對面有一間牙醫診所，去給醫生看吧！

B Thôi, bác sĩ nói gì tôi cũng chẳng hiểu. Chút tôi đi mua thuốc giảm đau được rồi.

不要了，醫生講什麼我也聽不懂。等一下我去買止痛藥好了。

A Anh súc miệng bằng nước muối ấm đi, rất có hiệu quả đấy.

Tôi đi mua cháo cho anh ăn nhé.

你用溫鹽水漱口，效果很好哦。

我去買粥給你吃。

B Tốt quá, cám ơn cô.

太好了。謝謝妳。

情境四・單字			
Sao thế?	怎麼了？	Đau răng	牙齒痛
Đối diện	對面	Công ty	公司
Phòng nha khoa	牙醫診所	Hiểu	懂
Thuốc giảm đau	止痛藥	Súc miệng	漱口
Nước muối	鹽水	Ấm	溫
Hiệu quả	效果	Cháo	粥
Tốt quá	太好了		

◉ 文法教室 ◉

❖ Chẳng hiểu = Không hiểu：「不懂」的意思。Chẳng 是強調語。

❖ Sao = Tại sao = Vì sao：為什麼

醫療資源

胡志明市

a. Alain Carpentier, International Medical Center

電話：08-38654025

地址：520 Nguyen Tri Phuong, Q10

診病時間：週一至週五（8:00 am~6:00 pm）

　　　　　週六（8:00 am~12:00 noon），24 小時急診

法國醫師（通英文、法文），綜合科，可住院或登門診斷

b. Columbia 國際診所

電話：08-38238455~58，24 小時急診：08-38238888

地址：8 Alexandre De Rhodes, Q1

診病時間：週一至週日（8:00 am~6:00 pm）外國籍醫師診斷（通英文、法文）

星期六、日由本地醫師負責（通英文、法文、越文），綜合科，可住院

桃子小叮嚀

越南沒有星期一，台灣人認知的星期一其實是越南的星期二，這樣的文化差異常會造成外國人和越南人在約定時間上的認知錯誤，所以和越南人敲定時間（包括診病時間）時最好再以西洋日期做確認哦。

Chu nhât（主日）是越南一個星期的開始，也就是台灣的「星期日」。台灣的「星期一」等同越南的「星期二」，以此類推到台灣的「星期六」等同越南的「星期七」。然這裡所標示的診病時間「週一~週日」都是台灣的「週一~週日」。

c. Columbia 國際診所分部

　　電話：08-38030678，24 小時急診：08-38238888

　　地址：1 No Trang Long, Q. TanBinh

　　診病時間：週一至週日（8:00 am~6:00 pm）外國籍醫師診斷（通
　　　　　　　英文、法文）

　　星期六、日由本地醫師負責（通英文、法文、越文），綜合科，可
　　住院

d. 第五郡醫療中心（中藥）

　　電話：08-38550235

　　地址：644 Nguyen Trai, Q5

　　診病時間：週一至週五（7:30 am~5:00 pm）
　　　　　　　週六、日（7:30 am~4:00 pm）

　　中國、越南醫師（通中文、越文），可住院

e. 國際婦產科醫院

　　電話：08-39252867

　　地址：63 Bui Thi Xuan, Q1

　　診病時間：週一至週日（8:00 am~6:00 pm）

　　外國、越南醫師（通英文、法文、越文），可住院

f. 越南普遍實施兩價制，醫療收費亦然，外國人一般收費是當地
　　人的二倍以上。

河內市

a. 越德醫院

　　電話：38250783；38253531

　　地址：No. 8 Phu Doan St., Hanoi

b. SOS International

電話：3934-0666

傳真：3934-0566

地址：51 Xuan Dieu, Hanoi

診病時間：週一至週五（8:00 am~4:30 pm）

週六（8:30 am~12:00 noon）

提供 24 小時急診服務

外國、越南醫師（通英文）

c. Trang An Hospital

電話：3732-3665

傳真：3732-4503

急診電話：3732-3665

地址：59 Thong Phong, Ton Duc Thang Road, Dong Da, Hanoi

診病時間：週一至週六（7:30 am~12:00 noon，2:00 pm~5:00 pm）

週日（7:30 am~12:00 noon）

提供 24 小時急診服務

越南醫師（通英文）可住院

d. Hong Ngoc Hospital

電話：3927-5568

傳真：3716-2988

急診電話：3574-1111

地址：1）55 Yen Ninh, Hanoi（有華語服務人員）

2）Keangnam Building, Pham Hung, Hanoi

診病時間：週一至週五（6:30 am~7:00 pm）

提供 24 小時急診服務

越南醫師（通英文）可住院

e. Hanoi Family Practice

　　電話：3843-0748

　　傳真：3846-1750

　　急診電話：09034-01919

　　地址：Van Phuc Building-1A：Ground Floor Suite 109-112 Kim
　　　　　Ma Road, Hanoi

　　診病時間：週一至週五（8:30 am~5:00 pm）
　　　　　　　週六（8:30 am~12:00 noon）

　　提供 24 小時急診服務

　　外國、越南醫師（通英文）

f. The Korean Clinic-（The Vietnam-Korean Friendship Clinic）

　　電話：3834-7231

　　傳真：3733-2269（Mobile:09132-03033）

　　地址：12 Chu Van An Street, Ba Dinh District, Hanoi

　　診病時間：週一至週五（9:00 am~12:00 noon）
　　　　　　　　　　　（2:00 pm~5:00 pm）

　　提供 24 小時急診服務

　　外國、越南醫師（通英文）藥房

　　地址：2 Hang Bai 電話：3934-0712

　　地址：52 Trang Tien 電話：3825-6773

醫療專機

如果你需要專機接送回台灣，可連絡以下公司：

+886 2 8712 5280

飛特立航空

代言人
海倫清桃

山本堂

餐飲集團

孩子們，人類都說出書好難，
我們飆去給他們看看什麼叫難……

想出書？找白象！

www.ElephantWhite.com.tw Since 2004

國家圖書館出版品預行編目資料

跟著海倫清桃講越南語／海倫清桃著. -- 初版.--
臺中市：白象文化，2018.2
　　面；　公分
ISBN 978-986-358-610-4（平裝）
1. 越南語 2. 會話
803.7988　　　　　　　　　106024461

跟著海倫清桃講越南語

作　　者　海倫清桃
校　　對　海倫清桃
專案主編　黃麗穎
出版經紀　徐錦淳、林榮威、吳適意、林孟侃、陳逸儒、黃麗穎
設計創意　張禮南、何佳諠
經銷推廣　李莉吟、莊博亞、劉育姍、李如玉
營運管理　張輝潭、林金郎、曾千熏、黃姿虹
發 行 人　張輝潭
出版發行　白象文化事業有限公司
　　　　　402 台中市南區美村路二段 392 號
　　　　　出版、購書專線：（04）2265-2939
　　　　　傳真：（04）2265-1171
印　　刷　基盛印刷工場
初版一刷　2018 年 2 月
定　　價　350 元

【註】白象文化官網提供「桃子親錄 MP3」下載，唯少數錄音之「中文」
與書稿稍有出入，但不影響字義，請讀者聽讀時以書籍內容為主。